21 ቀን ሕይወትን ለመለውጥ

እምነትን መሰረት ያደረገ ጉዞ ከስንፍና አለም ወደ አላማ ወደ ሙሉ ህይወት

በ ናርዶስ አበበ ያኔ

ማውጫ

ስለ ደራሲ

ናርዶስ አበበ ያኒ በኢትዮጵያ ናዝሬት የተባለች ትንሽ ከተማ
ተወልዳ አደገች፡፡ ከታናሽነቷ ጀምሮ ስለ ሕይወት፤ እምነት፤ ፈጠራ
እና ስነ ጥበብ ላይ   እውቀት ለማግኘት ፍላጎት ነበራት፡፡
በኢትዮጵያ ውስጥ በምግብ ቤቶች በማስተናገድ የጀመረችው
የመጀመሪያ የስራ ተሞክሮ ብዙ ነገር አስተምሯታል፡፡ እነዚህ
እሴቶችም ዛሬ በእርሷ ጥበብ እና ጽሁፍ ውስጥ ታይተዋል፡፡

ናርዶስ ወደ ዋሽንግተን ዲሲ በመዝገዝ አዲስ ቋንቋና ባህል እና
ከተወለደችበት ለየት ያለ የአኗኗር ዘይቤን ለማየትና ለመማር
ችላለች ፡፡ ከአፍሪካ እስከ አሜሪካ የሄደችበት ጉዞ አምላክ ከሰው
ህይወት ጋር የሚያደርገውን ስራ እንደሚያውቅ እና በአምላክ ጊዜ
ሁሉም እንደሚሆን አስተምሯታል፡፡ በእርሷ ጉዞ መንገድ
ላይ፤ያሳለፈችው እያንዳንዱ ተሞክሮ እንደ አምላክ ፈቃድና ምሪት
እቅድ እንደሆነ ተምራበታለች፡፡

ናርዶስ የእምነት ቤትና አርቲስት ባለትዳርና የ 3 ልጆች እናት
ናት፡፡ ከእግዚያብሄር በተሰጣት ልዩ የሆነ ጥበብ በሥዕል፤ በሞዛይክ
እና በጽሁፍ ህብረተሰቡን እያገለገለች ትገኛለች ፡፡ በሥራዋ
መንፈሳዊ ፈውስን ተስፋና ፍቅርን ሰማያዊ የሆነውን
የእግዚያብሄርን ለሰዎች ያለውን አላማ ለሰዎች በክርስቶስ ውስጥ
ያላቸውን መታወቂያ እንዲያስተውሉ ታንጸባርቃለች፡፡

ይሄ መጽሀፍዋ "21 ቀን ሕይወትን ለመለወጥ" አእምሮን በማደስ፣ ልብን በመፈወስ ሕይወትን ከአምላክ ዕቅድ ጋር በመስማማት ለመኖር የሚያነሳሳና የሚያንጽ አስደናቂ መንፈሳዊ ጉዞ ነው።

ናርዶስ ከራዕ፣ የተነሳ የእምነትና የሕይወት ተምክሮዋን በማካፈል፣ አንባቢዎችን በ21 ቀናት የሚጀምር፣ በየቀኑ ትንሽ አርምጃን በመጀመር የማያቋርጥ የሕይወት ለውጥ ወደ አዲስ ዓላማ መንገድ ይመራቸዋል።

አሁን ኑሮዋን በአሜሪካ ያደረገችው፣ ናርዶስ ለሰዎች በእምነትና አግዚያብሄር በሰጣቸው ስጦታ ላይ በመተጋት ሕይወትን እንዲኖሩ፣ እና በአምላክ ዕቅድ እንዲያከናውኑ በጽሁፍና በስነ ጥበብ ስራዎቿ ትገልጻለች።

ገጹ ሆን ተብሎ ባዶ ሆኖ ይቀራል

21 ቀን ሕይወትን ለመለወጥ

ከ አጣብቂኝ የስንፍና እስራት ወደ ነጻነት።

እምነትን መሰረት ያደረገ ጉዞ፤ ከስንፍና አለም ወደ ዓላማ ወደ
ሙሉ ህይወት።

የታካች ሰው ነፍስ ትመኛለች፤ አንዳችም አታገኝም፤

የትጉ ነፍስ ግን ትጠግባለች።

- መጽሐፈ ምሳሌ 13:4

በ21 ቀን ውስጥ ህይወት እንደሚቀየር ብነግርህ(ሽ)
ታምናለህ(ሽ)?

የምትፈልገውን የምትመኘውን ንሮና ህይወት ለመኖር በጣም
ጥቂት እርምጃዎች ብቻ እንደቀረህ(ሽ) ብነግርህ(ሽ) ምን
ትላለህ(ሽ)?

ይሄንን መጽሀፍ ያዘጋጀሁት ለሚያምኑ ነገር ግን በውስን
አስተሳሰብ ውስጥ ስንፍና እስራት ሆኖባቸው በድህነት በድካም
ለታከቱ ለትልቅ አላማ ለተፈጠሩ ሰዎች መንገዱን ለመጠቆም እና
መፍትሄውን ለመግለጥ ነው።

1

በልብህ(ሽ) ትልቅ ህልም አለ ራእይ አለህ ነገር ግን ህይወት የምትመራህ(ሽ) ወደ ህልምህ(ሽ) ወይንም አላማህ(ሽ) ሳይሆን ወደ ተቃራኒው መንገድ ነው።

መፍትሄ አለው። ለሚያምን ሁሉ ይቻለዋል። ነገር ግን እምነት ያለ ስራ ከንቱ ነው።

ህይወትን ለመቀየር በ21 ቀን ውስጥ ትችላልህ(ሽ)። እንዴት? ጥሩ ጥያቄ ነው። አንድ በአንድ መንገዱን በዚህ በጣም አጭር በሆነ መጽሀፍ ቅዱሳዊ መርህን በያዘ እራስን ለመርዳት የሚምራ መጽሀፍ ላይ አስቀምጫለሁ።

የምንኖረው ትኩረታችንን በሚከፋፍሉ ነገሮችና ቀናችንን ስለአታችንን እንድዋዘ በቀላሉ በሚወስዱ አልባሌ ተግባራት ላይ እንድናሳልፍ በእጃችን ባለ ስልክ ማህበረ ሚዲያ (ሶሻል ሚዲያ) በተሞላ ዘመን ውስጥ ነው ። ይሁን እንጂ ከኢየሱስ ክርስቶስ ህይወትን ስንቀበል እንደተከተልነው እንደምሳሌያችን ሙሉ የሆነ ህይወት ለመኖር ሥራ ከእምነት ጋር ተጣምሮ ትጋት ሲኖርበት እንደሆነ ከጌታ ህይወት እንማራልን።

ጌታ ለተወለደበት አላማ በጓላማ፣
በተጋት፣በእምነት፣በትዕግስት፣በፍቅር፣በማገልገል፣በትህትና፣አባቱን
በመታዘዝ ኖሯል።

ኢየሱስ ክርስቶስ

ለመጸለይ በማለዳ ይነሳል ።

ማለዳም ገና ጎሕ ሳይቀድድ፣ ኢየሱስ ተነሥቶ ከቤት ወጣ፤ ወደ
ምድረ በዳም ሄዶ ይጸልይ ጀመር።

- ማርቆስ 1;35

ለማገልገል ብዙ በእግሩ ተጓዘ።

ኢየሱስም በምኵራቦቻቸው እያስተማረ፥ የእግዚአብሔርን
መንግሥት ወንጌል እየሰበከ፣ ሕዝቡን ከበሽታና ከደዌ ሁሉ
እየፈወሰ፣ በከተሞችና በመንደሮች ሁሉ ይዘዋወር ነበር።

- ማቴዎስ 9፥35

ለ40 ቀናት ያህል ከምግብ ርቆ ጾም ነበር ።

አርባ ቀንና አርባ ሌሊት ከጾመ በኋላ ተራበ።

- ማቴዎስ 4:2

እረፍት ማድረግ ስንፍና አይደለም።

ብዙ ሰዎች ይመጡና ይሄዱ ስለ ነበር ምግብ እንኳ ለመብላት ጊዜ
ስላልነበራቸው፣ "እስቲ ብቻችሁን ከእኔ ጋር ወደ አንድ ገለልተኛ
ስፍራ እንሂድና ጥቂት ዕረፉ" አላቸው

- ማርቆስ 6:31

ኢየሱስ ምሳሊያችን ነው

ተጽዕኖ ፈጣሪዎች ወይንም ተጽኖ የሚያሳድሩ ሰዎች አይደሉም አነቃቂ አንቀሳቃሽ ተናጋሪዎችም አይደሉም::

ስሜታችን ወይንም ስሜትህ(ሽ) አይደለም ::

እንደ ምሳሌ ልንከተለው የሚገባው ምሳሌያችን ኢየሱስ ክርስቶስ ብቻ ነው!

ለምን 21 ቀናት?

በመጽሐፍ ቅዱስ ውስጥ ቁጥር 21 ከጸሎትና ከጾም በኋላ ትልቅ እመርታ የሚገኝበትን ጊዜ ያመለክታል :: ዳንኤል በመጽሐፈ ዳንኤል ምዕራፍ 10 ላይ ለ21 ቀናት ጸሎት እና ጾምን አደረገ:: በመጨረሻው ቀንም መልአኩ መልሱን ይዞ መጣ::

ይህ እንደ ዳንኤል አይነት ጊዜ ነው::

ይህ ለመጾም፣ ለመፀለይ፣ እርምጃ ለመውሰድ፣ እና ለመሻሻል እምነት ለመያዝ ያለሁበትን (ያለሽብትን) ገደብ ለመስበር የምትችሉበት ጊዜ ነው::

21ቀን ጥንካሬን በህይወታችን ላይ ለመገንባት ጉዞን ለመጀመር የምንነሳበት ግዜ ነው እንጂ በ21 ቀን ብቻ የሚቆም አይደለም:: የሚቀጥል ነው:: ሁሉንም ነገር በአንዲት ጀምበር ሙሉ በሙሉ ለመለወጥ ከማሰብ ይልቅ ወደ አዲስ ልማድ ወይም አስተሳሰብ በመጓዝ የስንፍናን እስራት ሰብርን መውጣት እንችላለን::

ጥናቶች እንደሚያመለክቱት እንድን መሠረታዊ ልማድ ለማዳበር አብዛኛውን ጊዜ 21 ቀናት የሚፈጅ ሲሆን ተጨማሪ ሳምንታት ደግሞ በየቀኑ የምናደርጋቸው ተግባሮች ህይወታችን እንዲቀይ ይረዳል።። በ21 ቀናት ውስጥ በትኩረት የመከታተል ፤ አዳዲስ ልማዶችን በማዳበርና የማይጠቅሙን የቆዩ ልማዶችን ከውስጣችን ቀስ በቀስ እንድናስወግድ ይረዳናል።።21 ቀናት ህይወትን ሊለውጡ ይችላሉ የሚለው እምነት የተመሰረተው ይህ የጊዜ ገደብ ለህይወታችን የሚጠቅሙና ካለንበት እስራት እንድንወጣ አዳዲስ ልምዶችን እና ባህሪዎችን ለመፍጠር ተስማሚ ነው ከሚለው ሀሳብ እና በተደረገ ጥናት ነው።። በመጽሐፍ ቅዱሳዊ እይታና ጥናት በዚህ ጊዜ ውስጥ ያለው የ21-ቀን በጾምና በጸሎት እራስን በመግዛት ወስጥ መለኮታዊ የሆነ እርዳታና መንፈሳዊ ጥንካሬን በማግኘት መለኮታዊ የሆነውን እውቀትና እውነት ላይ ለመድረስ ይሄንን 21-ቀን የጊዜ ገደብ ጸንቶ ለሚቆይ የማይናወጥ ቁርጠኝነት የህይወት ልምምድ ውስጥ እንደሚደረስ ምሳሌ ሆኖ ያገለግላል።። ይህም መሻሻል ቀጣይነት ያለው ጥረት እና ራስን መቆጣጠር የማያቋርጥ የግል እድገትን ለማግኘት ጊዜን ይጠይቃል።።

ይህ መጽሐፍ በምን ይረዳኛል?

- ከኢየሱስ ክርስቶስ አዳኛር ጋር የሚስማማ ልማድ እንዲኖርህ(ሽ) አቅጣጫውን መጠቆም።።

- የስንፍናን ልማድ በማሸነፍና ስራ ለነገ የሚለውን ልማድ በመቀየር ለእለቱ መትጋትን ማለማመድ።።

- በየዕለቱ *መጽሀፍ* ቅዱስ ማንበብን ማለማመድ ፤ በጸሎት እና በጥሞና በማሰላሰል እራስን ማስልጠን።

- ከስንፍና የምጭት አለም ራስን በማውጣት ወደ አላማ ስኬት ማስጋባት።

- ጾምን፤ ጥሞናን የእግዚያብሄርን ቃል ማሰላሰልንና ራስን መገሠጽን ማበራታታት።

- በመንፈሳዊ እሳት በመቀጣጠል ተግባራዊ በሆነ ዓላማ ለመኖር ይረዳል።

እሁን

ለመጸልይ፤ ለምጸም፤ ለማንበብ፤ በጥሞና ለመቀመጥ፤ ለማሰላሰል፤ለማምለክ፤ ለመጸፍ፤ ለመቀየር፤ ለመኖር፤ ለማገልገል፤ ለመርዳት፤ በአላማ ለመኖር። በተዘጋጀ ልብ እንጀምር።

የሚያስፈልጉ ነገሮች

- ለመለወጥ ዝግጁ የሆነ ልብ

- መጽሐፍ ቅዱስ

- ማስታወሻ ደብተር

- ለመጸምና ለመጸለይ ፈቃደኛ መሆን

- ለአምላክ እጅ ለመስጠት ዝግጁ መሆን

ይህ አልባሌ በሆነ ከንቱ የአለም ሃሳብ እራስን ለመቀየር የሚያንቃቃና የሚያነሳሳ አነቃቂ መጽሐፍ አይደለም ። ይህ

መለኮታዊ እርዳታን ስለመፈለግና ህይወትን ለተፈጠርንበት አላማ መኖር እንደሚቻል የሚገልጽና የሚያሳይ እንዲሁም መንገዱን የሚጠቁም መጽሐፍ ነው ። ካለሁበት (ካለሽበት) ድግግሞሽ ህይወት ለውጥ ለማድረግ ሌላ ዓመት መጠበቅ አይጠበቅብህም (አይጠበቅብሽም)። ለራስህ(ሽ) ይሄንን 21ቀን ስተህ(ሽ) ለመለወጥ ወስን (ወስኚ)። አብሮህ(ሽ) የሚዘልቅ አዳኝና እረዳት አምላክህ(ሽ) እንዳለ እመን (እምኚ)።

በእግዚአብሔር ደስ ይበልህ÷ የልብህንም መሻት ይሰጥሃል።መንገድህን ለእግዚአብሔር አደራ ስጥ÷ በእርሱም ታመን÷ እርሱም ያደርግልሃል:

- (የዳዊት መዝሙር37:4-5)

እንጀምር!

ቀን 1 ራስን መጋፈጥ

ያለምንም ሰበብና ምክያት እውነተኛውን አንተን (አንቺን)
እራስህን (እራስሽን) ፊት ለፊት መጋፈጥ

- መዝሙር 139:23

እግዚአብሔር ሆይ፤ መርምረኝ፤ ልቤንም ዕወቅ፤ፈትነኝ፤
ሐሳቤንም ዕወቅ፤

ብዙዎች እውነትን ስለማይጋፈጡ አይለወጡም ።

ዛሬ ራስህን(ሽን) የምትፈትሸው (የምትፈትሸው) በራስህ
(በራስሽ) ላይ ለመፍረድ አይደለም። ስለ ግንዛቤ ነው እንጂ።

እራስህን(ሽን) ለመጠየቅ አሁን ጊዜው ነው። በእርግጥ
የማያልፍልኝ ለምንድን ነው? ሰነፍ ሆኜ የምቀጥለው ለምንድን
ነው? የምፈራው ምንድን ነው? የምደበቀው ለምንድን ነው?
ለተፈጥርኩበት አላማ የማልኖረው ለምንድነው?

አዳም ኃጢአት በሠራ ጊዜ ተደብቆ ነበር። ነገር ግን እግዚአብሔር
መጥቶ "የት ነህ?" ብሎ ጠየቀው።

ስለ ቦታው አልነበረም እግዚያብሔር የጠየቀው አዳም ስለነበረበት
መንፈሳዊ ውድቀት እንጂ አዳም ከተፈጠረበት ቦታ ላይ እና
ከተፈጠረበት አላማ ወድቆ ነበርና። እግዚያብሔር እውነት ነው።

8

ልትጋፈጠው (ልትጋፈጪው) የማትፈልገውን (የማትፈልጊውን) ነገር ማሸነፍ አይቻልም፡፡ ያለነው(ሽው) የት ነው?

መታመምህን(ሽን) አሁንም ቢሆን የማታውቅ(ቂ) ከሆነ እና ስለራስህ(ሽ) የማትቀበለውን ነገር መለወጥ አይቻልም፡፡ ብዙዎች ያልተሳካላቸው ከእድል፤ ከሰው፤ ከሰይጣን፤ ከእግዚያብሄር አልመፍቀድ ጋር በማያያዝና በማምከኘት ስልሆነ ችግሩን ለመፍታት ይከብዳቸዋል፡፡ ችግሩ አንት ነህ (አንቺ ነሽ)፡፡

አሁን ስላለብህ(ሽ) ችግር እውነተኛ ከሆንክ(ሽ) ከሕመሙ ማገገም ይቻላል ስንፍናን ከስሩ ነቅለህ(ሽ) ትጥለዋለህ (ትጥይዋለሽ)

ከመጽሐፍ ቅዱስ ምሳሌ ፦ ዳዊትን እንመልከት

ዳዊት በአምላክ እንደልቤ ተብሎ የተጠራ ሰው ነው፡፡ ዳዊት በፍጹምነቱ ሳይሆን ኃጢአቱን፤ ፍርሃቱንና ስህተቶቹን በመጋፈጥ ነው እግዚያብሄር ሲረዳው የምናየው፡፡

ዳዊት ሲጸልይ

"በደሌን ለአንተ ተናዘዝኩ፤ መተላለፌንም አልደበቅኩም..."

- (መዝሙር 32 5)

ብሎ ውስጡን ያለመደበቅ ሲያሳይ ይታያል፡፡

ስንፍና ብዙውን ጊዜ በሕይወት ውስጥ ያለውን ታላቅ የነፍስ ህመም ፤ በልጅነት የሚመጣን የስሜት መቃወስና ለራስ ጥሩ ግምት ካማጣት እራስን ከመጥላት፤ ሞክሮ መውደቅን ከመፍራት፤ በ

9

እግዚያብሄር ላይ አለምታመንን ጨምሮ የምናስትናግድበት ባህሪ ነው። ይሁን እንጂ ኢየሱስ ክርስቶስ እነዚህን ሁሉ የመፈወስ ኃይል አለው ። ማድረግ ያለብህ(ሽ) ነገር ቢኖር በቶታው መገኘት ብቻ ነው ።

ጸሎት

እንጸልይ...

የሰማይ አባት ሆይ

ከንቱ ምክኒያቴን፤ በከንቱ መታበዬን ስንፍናዬን በፊትህ እናዘዛለሁ።

ብርሀንህ በማንኛውም በተደበቀው በውስጥ ልቦናዬ ላይ ይብራ።

እንዳልለወጥ ወደኋላ የሚያግደኝ ምን እንደሆነ እንድገነዘብና ለውጥ ለማድረግ የሚያስችል ድፍረት እንዲኖረኝ እርዳኝ።

እግዚአብሔር ሆይ፤ መርምረኝ፤ ልቤንም ዕወቅ፤ፈትነኝ፤ ሐሳቤንም ዕወቅ፤ ችግሬንም ግለጥ ፈውሰኝም።

ያለምንም ጎፍረት ትርጉም ያለው ሕይወት ለመምራት ጥረት አደርጋለሁ። ብቻዬን አትተወኝ ከአንተ ጋር መሄድ አፈልጋለሁ ።

በኢየሱስ ስም አሜን።

በጥምና እነኝህን ጥቅሶች ማሰላሰል

ጥቅሶቹን ከመጽሀፍ ቅዱስ ማጥናት

- *መዝሙር.* 139:23-24
- *ምሳሌ.* 13:4
- *ዮሀንስ ወንጌል.* 8:32
- *ሮሜ.* 12:2

3 ጥያቄዎች በማስታወሻ ደብተራችን ላይ በምጻፍ እራሳችንን እንጠይቅ

1. አንዴት ስንፍና ወይም ፍርሃት ሕይወቴ እንዲቆጣጠረው ፈቀድኩ?

2. ማቆም ያለብኝ እራሴን የሚያሳንፈኝ ነገርና ሀሳብ ምንድን ነው?

3. "ከአሮጌው ማንነቴ" ከዛሬ ጀምሮ መላቀቅ ወይም ማቆም ያለብኝ ነገር ምንድን ነው?

እርምጃ

ለራስህ(ሽ) በመጨከን ጥካኔ በተሞላበት መንገድ ሐቀኛ ሁን (ሁኚ)።

ስንፍና ዛሬ ነገ በማለት የአምላክን መመሪያና ትእዛዝ እንዳትከተል(ይ) ወይም እድገት እንዳታደርግ(ጊ) እንቅፋት የሆኑብህን(ሽን) የሕይወትህን(ሽን) ሦስት ገጽታዎች ጻፍ (ጻፊ)።

ስለ እነዚህ እንቅፋቶችህ(ሽ) ጸልይ ፤ እንዲሁም ለአምላክ አደራ ስጥ(ስጪ) ፡፡

ጾም

ለሚቀጥሉት 24 ሰዓታት ከመዝናኛ ወይም ከማህበራዊ ሚዲያ እረፍት በመውሰድ ይህን ጊዜ ለመጸለይ፤ ለማንበብና በማስታወሻ ላይ ለመጻፍና ለማሰላሰል ተጠቀምበት (ተጠቀሚበት)፡፡

የመጀመሪያውን ደረጃ አልፈጎዋል (አልፈሽዋል) አምላክን ለማስደመምና ለማስገረም በመሞከር ሳይሆን ለራስ እውነተኛ በመሆን ችግሩን ለመፍታት ግዲታውን በመውስድ ነው፡፡ እውነተኞቹን ጌታ ይወዳልና አሮጌውን ማንነት አስወግዶ አዲስን ነገር ለመፍጠር ዝግጁ መሆን አንድ እርምጃ ወደፊት ያራምዳል፡፡

ለጸሎት እና ለጾም የሚረዳ መመሪያ

እውነተኛ ለውጥ ለማድረግና ለማምጣት መንፈሳዊ ስርዐትና ስነስርዐት መጽሐፍ ቅዱሳዊ መርህ ያስፈልጋል

"ነገር ግን ይህ በጸሎትና በጾም ካልሆነ በቀር አይወጣም፡፡"

— ማቴዎስ 17 21

ለምን ጸሎት እና ጾም አስፈለገ?

ስንፍና ሕይወትህን(ሽን) የሚቆጣጠር ከሆነ ውስጣዊ መነሳሳትና መነቃቃት ግፊት ከማድረግ የበለጣና ያለፈ መንፈሳዊ ሀይልና እርዳታ ጥንካሬ ያስፈልግሃል(ሻል) ፡፡

ጸሎት ልባችንን መንፈሳችንን ከአምላክ ጋር ያስማማል ያገናኛል ፡፡

ጾም ሰውነታችንን ስጋችንን በመግደል ትኩረትን የሚከፋፍሉ ነገሮችን ከ እኛ ያስወግዳል ፡፡

ጾምና ጸሎት አንድ ላይ ሆነው ትልቅ እድገት በህይወታችን ለማድረግ አጋጣሚ ይፈጥራሉ የስኬት በሮችም ይከፈታሉ ፡፡

ኢየሱስ ክርስቶስ ጾሟል ፡፡

ዳንኤል ጾሟል ፡፡

አስቴር ጾማለች ፡፡

የጥንቶቹ ክርስቲያኖች ይጾሙ ነበር ፡፡

አንተም (አንቺም) እንዲሁ ማድረግ ትችላለህ(ሽ) ፡፡

ጾም የአመጋገብ ልማድን ለማሻሻልና ክብደት ለመቀነስ የምናደርገው ልምምድ አይደለም፡፡ ቅጣትም አይደለም፡፡ **"ጾም መሳሪያ ነው"** አግባብ ያለው መንፈሳዊ ልምድ ሲሆን **"አምላክ ሆይ፣ምኳትን ከምሻው በላይ አንተን እሻለሁ፡፡"** ብሎ ለጌታ ክብርንና ፍቃድን ማሳያ መንገድ ነው፡፡ ይሄ ነፃ ያወጣል፣ መንፈሳዊ

ህይወታችንን ያሳድጋል፤ እናም ልባችንን በእግዚአብሔር ፊት በትህትና ያዋርደዋል።

በዚህ በ21 ቀን ቀናቶች እንዴት እንዱም?

እንደ ምርጫችን መጸም እንችላለን

1. **የዳንኤል ጸም፤** አትክልት እና ፍራፍሬ መመገብ ውሃ መጠጣጥ። ምንም ስጋ, ስኳር ወይም የታሸገ ምግብ አለ መመገብ

2. **የከፊል ጸም፤** በቀን አንድ ጊዜ በመመገብ ጊዜን በጸሎት በማንበብ፤ በጥሞና ማሳለፍ

3. **ከኢንተርኔትና ከሚዲያ መጸም፤** ማኅበራዊ አውታሮችን፤ ቴሌቪዥኖንን ወይም ማንኛውንም ትኩረት የሚከፋፍሉ ነገሮችን ማስወገድ። ይህን ጊዜ መጽሐፍ ቅዱስህን ለማንበብና ማስታወሻ ለመጻፍ እንዲሁም አላማችን ላይ በማተኮር እቅድን ከጊታ ጋር በመሆን ማውጣት።

4. . **ሙሉ ጸም** (1–3 ቀናት) የውሃ ብቻ ጸም ማድረግ።

ስትጸሙ

መንፈሳዊ ጉዞን በጽናት ለመጀምር መዘጋጀት

በጸሎት መጀምር፤ መንፈስ ቅዱስ ጸምህን እንዲመራህ መጠየቅ መጸለይ።

ግልጽ ዓላማ አላማና እቅድ ማዘጋጀት ፡አንድ የተወሰነ ጉብ ይኑርህ(ሽ) ለምሳሌ ፈውስ፣ እድገት፣መሻሻል፤ የነሮ ለውጥ፣ መንፈሳዊ መሪት፣ ትዕዛዝ፤ ወዘተ...

ተጨማሪ ጊዜህን(ሽን) በጸሎት፣ በመጽሐፍ ቅዱስ ንባብ ወይም በማምለክ ውስጥ መቀመጥ።

ማስታወሻ መያዝ፡ ከእግዚአብሔር የምትሰማውን (የምትሰሚውን) ነገር መጻፍ።

በትህትና መቆየት፡ ስለ ጸምህ(ሽ) አትመካ(አትመኪ)፣በጸም ልምድህ(ሽ) ከመኩራራት መቆጠብ።

"ስትጾሙ... እንደ ግብዞን አትሁኑ..."

ማቴዎስ 6፥16-18

የዕለት ተዕለት የጸሎት ፕሮግራም ሀሳብ፦

በመንፈሳዊ ህይወት ልምምድ ምን መጠበቅ ይኖርብናል?

- መንፈሳዊ ግንዛቤን ማደግ

- ይበልጥ ግልጽ የሆነ መንፈሳዊ መገለጥ፣ መመሪያን ማግኘት

- ጠንካራ እምነትና ፍጹም የሆነ ፈውስ ማግኘት ካለፈ የህይወት ቁስል ማገገም

- ራስን ማየትና መገሠጽ

- መጽሀፍ ቅዱስን ለማጥናት ያለው ፍላጎት እያደገ መሄድ

- ከስሜት ቁስል መፈወስ
- ቀደም ሲል የነበሩ ነጄ ልማዶችን ድል ማድረግ

ለስኬት ጠቃሚ ምክሮች

- በቂ ውሃ መጠጣት
- ምግብን አስቀድሞ ማዘጋጀት (ለዳንኤል ዖም)
- እቅዳችሁን ለታማኝ የፀሎት አጋር ማካፈል በጸሎት እንዲያግዙን
- ስህተት ከሠራችሁ እራሳችሁን ከልክ በላይ አትኮንኑ
- በጥፋተኝነት ስሜት ፋንታ በድል እንዲመራችሁ በፀጋው ላይ ተደገፉ

በመጨረሻም

ጾም ቀላል አይደለም - ግን ኃይል ነው.

ስንፍናን ለመስበር እና መንፈስን ለማንቃት ሚስጥራዊ መሳሪያ ነው።

የእግዚአብሔርን ፍቅር ለማግኘት አይደለም የምንጾመው - ከህይወታችን ላይ መንፈሳዊ ገደብን ለማንሳት ነው።

ቀን 2 "ለምን?"

አምላክ የሰጠህን(ሽ) ዓላማ መፈለግ

ለእናንተ የማስባትን አሳብ እኔ አውቃለሁ፤

ፍጻሜና ተስፋ እሰጣችሁ ዘንድ የሰላም አሳብ ነው እንጂ የክፉ ነገር አይደለም።

ኤርምያስ 29:11

የህይወት ለውጥ ለማምጣት ብዙ ጊዜ የሚከብደው "ለምን" ለሚለው ጥያቄ ጥሩ የሆነ አሳማኝ መልስ ስለማናገኝለት ነው። ነገር ግን የአንተ(ያንቺ) "ለምን" አምላክ ለአንተ(አንቺ) ካለው ዓላማ ላይ ሲመሠረት ስንፍና የሚያይዘውን ቦታ በህይወትህ ያጣል።

እግዚአብሔር ልዩ በሆነ ጥሪ አንተ(ቺ) ብቻ ልታሟላው(ይው) የምትችለው(ችይው) ተልዕኮ ሰቶ እንደፈጣረህ(ሽ) ታምናለህ(ሽ)?

"ለምን" የሚለው ጥያቄህ(ሽ) ይሄንን አላማ ጠይቀህ(ሽ) እንድታገኘው፣ና(ኚው) እንድታውቀው(ቂው) ይረዳሃል(ሻል)።

ኢየሱስ ለምን እንደመጣ እና ምን ማድረግ እንዳለበት እያወቀ በየእለቱ በዓላማ ኖረ።

ዛሬ፣ ከአምላክ የተሰጠህን(ሽን) "ለምን" እንዲሁም "ምን" እንደተሰጠህ(ሽ) ለማወቅ የአንተ(ቺ) ተራ ነው።

17

ይህ ደግሞ ዓለም ከአንተ(ቺ) ስለሚጠብቀው ነገር አይደለም - እግዚአብሔር ለአንተ(ቺ) ስላዘጋጀው ነገር ነው እንጂ።

ጸሎት

የሰማይ አባት ሆይ

ለሕይወቴ ያዘጋጀኅውን ዓላማ ዛሬ ግለጽልኝ።

ለምን እንደፈጠርከኝ እና እንዴት ለአንተ መስራት እንዳለብኝ አሳየኝ።

ይህንን ጥሪ በእምነት እና በድፍረት እንድቀበል እና እንዳገለግል እርዳኝ።

ዕቅዶችህ እቅዶቼ፣ ፈቃድህም ፈቃዴ ይሁን።

በኢየሱስ ስም አሜን።

በጥሞና እነኝህን ጥቅሶች ማሰላስል

ጥቅሶቹን ከመጽሀፍ ቅዱስ ማጥናት

- ምሳሌ 19:21
- ኤፌሶን 2፡10
- ሮሜ 8፡28
- መዝሙረ ዳዊት 138:8

ጥያቄዎች በማስታወሻ ደብተራችን ላይ በምጻፍ እራሳችንን እንጠይቅ

- የምወደው ነገር ምንድን ነው?
- አምላክ የሰጠኝ ስጦታዎች ወይም ተሰጥኦዎች ምንድን ናቸው?
- ሌሎችን ለማገልገልና አምላክን ለማክበር እነዚህን ነገሮች መጠቀም የምችለው እንዴት ነው?
- ሙሉ በሙሉ በዓላማ ብኖር ሕይወቴ ምን ይመስላል?

ቀን 3፥ የስንፍና አስተሳሰብን ማጥፋት

አይምሮን በማደስ የስንፍናን ድግግሞሽ ሀሳብ ማጥፋት!

የእግዚአብሔር ፈቃድ እርሱም በጎና ደስ የሚያሰኝ ፍጹምም የሆነው ነገር

ምን እንደ ሆነ ፈትናችሁ ታውቁ ዘንድ በልባችሁ መታደስ ተለወጡ እንጂ ይህን ዓለም አትምሰሉ ።

-ሮሜ 12:2

ስንፍና የሚጀምረው ከአእምሮ ነው። አሉታዊ አስተሳሰቦች፣ ምክያትና ሰበቦች እና የተሸናፊነት ስሜት እና እምነቶች በድባቴና ምንም ነገርን አለመስራትን በምፈልግ ውስጥ ሆና በባህሪ መልክ ይገለጣል

ነገር ግን እግዚአብሔር አአምሮህ እንዲታደስ - ከጥርጣሬ፣ ከፍርሀት እና ከቸልተኝነት - ተላቀህ(ሽ) አይምሮህ(ሽ) በእሱ እውነት እንዲሞላ ይፈልጋል።

ጌታ ኢየሱስ ክርስቶስ በሰበብ አስባቦች በምክያቶች ጊዜና ጉልበት አላጠፋም። ተልእከውን አውቆ በትኩረት ሲፈጽም አይተናል።

አንተም(አንቺም) በአይምሮህ ውስጥ ያለውን ውሸት በማውጣት የእግዚያብሄርን ቃል በመመገብ አይምሮህን(ሽን) ማደስና ንሮህን(ሽን) ለተሰጠህ(ሽ) አላማ መኖር ትችላለህ(ሽ) ፡፡

ጸሎት

የሰማይ አባት ሆይ

በጣም ደካማ ነህ(ሽ)፣ አትችልም(ይም) ስነፍ ነህ(ሽ) የሚሉኝን ውሸቶች እንዳልቀበል እርዳኝ ፡፡

በእውነትህ አእምሮዬን በየቀኑ አድስ ፡፡

አሸናፊንት ፣አድራጊ እና አማኝ አስተሳሰብን ሙላኝ ፡፡ ከስሜቴ ወይም ከፍርሃቴ በላይ በአንተ ፈቃድ ላይ እንዳተኩር እርዳኝ ፡፡

በኢየሱስ ስም አሜን

በጥምና እነጎህን ጥቅሶች ማሰላሰል

ጥቅሶቹን ከመጽህፍ ቅዱስ ማጥናት

- ፊልጵስዩስ 4:13
- 2 ጢሞቴዎስ 1:7
- ቆላስይስ 3:2ና 40:31

ጥያቄዎች በማስታወሻ ደብተራችን ላይ በምጻፍ እራሳችንን እንጠይቅ

- ሰነፍ የሚያደርገኝ ስለ ራሴ ምን አይነት ውሸት ተቀብዬ ነው?

- እነዚያን ውሸቶች በአምላክ እውነት መተካት የምችለው እንዴት ነው?

- አእምሮዬን ለማደስ የሚረዱኝ የዕለት ተዕለት ልማዶች የትኞቹ ናቸው?

ቀን 4፦ መነሳት እና መራመድ መጀምር

ከምቾት በላይ መታዘዝን መምረጥ

ኢየሱስ፦ ተነሣና አልጋህን ተሸክመህ ሂድ አለው፡፡

ወዲያውም ሰውዬው ዳነ አልጋውንም ተሸክም ሂደ፡፡

-ዮሐንስ 5: 8-9

አንዳንድ ጊዜ ትልቁ ጦርነት በቀላሉ መነሳት ላይ ነው፡፡ ስንፍና በሹክሹክታ፦ "ዝም ብለህ ቆይ፤ የበለጠ እረፍ(ፊ)፤ አትቸኩል(ይ) ጡብቅ(ጡብቂ)፡፡ እግዚአብሔር ግን ሰአቱ በደረሰ ሰአት "ተነሥ" ይላል፡፡

ኢየሱስ ለ38 ዓመታት በእስራት የነበረውን ሰው ተነሥቶ እንዲሄድ በማዘዝ ብቻ ፈወሰው፡፡ ሀይሉ ቀድሞውኑ ነበር - ማድረግ ያለበት መታዘዝ ብቻ ነበር፡፡

ስኬት በመታዘዝ ይጀምራል፤ እርምጃው ምንም ያህል ትንሽ ቢሆንም ነገርን መጀመር ይጠበቅብናል፡፡

23

ጸሎት

የሰማይ አባት ሆይ

ሕይወት ምንም ያህል ቢከብደኝ ዛሬ ለመነሳት ጥንካሬን ስጠኝ።

መንገዱ ገና ግልፅ ባይሆንም የመጀመሪያውን እርምጃ እንድወስድ እርዳኝ።

ተግባሬ ያክብርህ እና ወደ አላማህ እንድቀርብ ምራኝ።

በኢየሱስ ስም አሜን።

በጥምና እነኝህን ጥቅሶች ማሰላሰል

ጥቅሶቹን ከመጽህፍ ቅዱስ ማጥናት

- ኢሳ 40፥31
- ፊልጵስዩስ 3፡14
- ዕብራውያን 12፡1

ጥያቄዎች በማስታወሻ ደብተራችን ላይ በምጻፍ እራሳችንን እንጠይቅ

- ግቦቹን ለማሳካት ዛሬ ልወስደው የምችለው አንድ ትንሽ እርምጃ ምንድን ነው?
- ምን አይነት ፍርሃቶች ወይም ጥርጣሬዎች ወደ ኋላ አየከለከሉኝ ያሉት?

24

- እነሱን ለማሻነፍ በአምላክ መታመን የምችለው እንዴት ነው?

ቀን 5፡ ራዕይን መፃፍ

ማየት ። መናገር ። መፃፍ ።

አንባቢውም ይፈጥን ዘንድ ራእዮን ጻፍ፥ በጽላትም ላይ ግለጠው ።

-ዕንባቆም 2: 2

ወዴት እንደምንሬዳ ካላወቅን በዓላማ መኖር አንችልም ። እግዚአብሔር ራእይን የሚሰጠው እኛን ለማማረክ ሳይሆን ለመምራት ነው ።

ስነፍ ስዎች አላማ ቢኖራቸውም በቀላሉ ይንሸራተታሉ ። ነበዝ የሆኑ ዓላማ ያላቸው ስዎች ይጽፋሉ. ራዕይህን(ሽ) ስትጽፍ(ፊ)፣ የወደፊትህን ሁኔታ ለመቅረጽ ከእግዚአብሔር ጋር ትተባበራለህ(ሽ) ማለት ነው ።

ኢየሱስ ሁል ጊዜ ግልጽ የሆነ ተልዕኮ ነበረው ።

በነብያት የተጻፈለትን ራዕይ ፈዕሞአል

"የላከኝን ፈቃድ ላደርግ መጣሁ"

— ዮሐንስ 6:38

በምድር ተመላለሰ፣ አስተማረ፣ ፈወሰ፣ ጸለየ እና ሁሉንም መከራ ተቀብሏል ።

አሁን ግዜው ያንተ(ቺ) ነው ራዕይህን(ሽን) በግልጽ የምታውቅበት(የምታውቂብት) ለስኬት(ሽ) ብቻ ሳይሆን በክርስቶስ ላለው አላማ ለመኖር የምትዘጋጅበት(ጅበት) ግዜ ነው።

ጸሎት

የሰማይ አባት ሆይ

በዓላማ መኖር አፈልጋለሁ - በአጋጣሚ አይደለም, በፍርሃትም አይደለም።

ከፍቃድህ ጋር የሚስማማ ለህይወቴ ራዕይ ስጠኝ።

በድፍረት እንዳልም ህልሜ እንዳይገደብ በግልፅ እንድጽፍ እና በታማኝነት እንድሰራ እርዳኝ።

ስጦታዎቼን ለአንተ ለክብርህ ተጠቀምባቸው።

በኢየሱስ ስም አሜን።

በጥሞና እነዥህን ጥቅሶች ማሰላሰል

ጥቅሶቼን ከመጽህፍ ቅዱስ ማጥናት

- ዕንባቆም 2:2-3
- ኤርምያስ 1:5
- ምሳሌ 16:3
- ኤፌሶን 2:10

ጥያቄዎች በማስታወሻ ደብተራችን ላይ በምጻፍ እራሳችንን እንጠይቅ

በሚቀጥለው ዓመት ምን ዓይነት ሰው መሆን አፈልጋለሁ?

- በህይወቴ ውስጥ ራዕይ የሚያስፈልጋቸው የትኞቹ ዘርፎች ናቸው? መንፈሳዊ፣ ጤና፣ ፋይናንስ፣ የትዳር ግንኙነት፣ ስራ፣ ጥሪ?

- ግዜ በመውሰድ በህይወት የምትፈልገውን(የምትፈልጊውን) እና የምታየውን(የምታይውን) አይታዎች ጻፍ(ፊ)።

- በድፍረት ጻፈው(ጽፈው)። በእውነትና ያለፍርሀት ሁን(ኚ)። ጸሎተኛ ሁን(ኚ)።

- "በእግዚአብሔር ቸርነትና ፀጋ እኔ ራሴን ይሄንን ሰው እንደሆንኩ አያለሁ..."

ከዚያ ራዕይውን በ3 ምድቦች መከፈል:-

1. እኔ *መሆን* የምፈልገው (ባህሪ፣ እምነት፣ አስተሳሰብ)

2. *ማድረግ* የምፈልገው (ሙያ፣ አገልግሎት፣ ተፅዕኖ)

3. እንዴት *መኖር* እንደምፈልግ (የእለት ተእለት ልምዶች፣ ግንኙነቶች፣ እሴቶች)

ራእዩን ወይንም ህልሙን ስንጽፍ ወደምንደርስበት አቅጣጫን እንደመጣቆም ነው - እምነታችን ኢላማና ጎል አለው ማለት ነው።

በየቀኑ በራስህ(ሽ) ላይ ተናገር(ሪ)፡፡ በጸሎትም ሰአት አስበው(አስቢ ው)፡፡

ቀን 6፡ ቀንን ከእግዚአብሔር ጋር ጀምር

በመጀመሪያ እግዚያብሄርን ፈልግ፤ በመቀጠል በጎይል ተንቀሳቀስ

ማለዳም ገና ጎሕ ሳይቀድድ፤ ኢየሱስ ተነሥቶ ከቤት ወጣ፤ ወደ ምድረ በዳም ሄዶ ይጸልይ ጀመር፡፡

-ማርቆስ 1:35

የቀኑህ(ሽ) አጀማመር ህይወትህን(ሽን) ንሮህን(ሽን) ይቀርጻል፡፡

የእግዚአብሔር ልጅ ኢየሱስ ማንም ሰው ከመንቀሳቀሱ በፊት ለመጸለይ በማለዳ ተነሳ፡፡ ቀኑን በመዘናጋት እና በቸልተኝነት አልጀመረም በምሪት ይንቀሳቀስ ነበር፡፡

ኢየሱስ ክርስቶስ ከአብ ጋር በማለዳ የጸጥታና የጸሎት ግዜ ካስፈለገው...እኛማ ምን ያህል ያስፈልገን? ቀንህን ከእግዚአብሔር ጋር ለመጀመር ረጅም ሰአት መውሰድ አይጠበቅብህም(ሽ)- ሆን ተብሎ የተወሰነ ሰአት በመውስድ ወደቀን ተግባራችን ከመሰማራታችን በፊት ብቻ መሆን አለበት፡፡

ከ10-15 ደቂቃዎች እንኳን መንፈሳዊ ስንፍናን ሊሰብር፤ አአምሮዋን ሊያድስ፤ እና አላማን ለማስታወስና ለቀኑ የሚሆነንን ምሪት ለማግኘት በቂ ግዜ ሊሆን ይችላል፡፡

30

ጸሎት

በማለዳ

የሰማይ አባት ሆይ

የዛሬውን ቀን ስለሰጠኸኝ አመሰግናለሁ።

ከእልት ተግባሬ፥ ከመብላት ከመጣጣቴ በፊት ወደ አንተ እመጣለሁ።

ህሳቤን ምራ፥ እርምጃዬን አቅናልኝ፥ እናም በመንፈስህ ሙላኝ።

መጀመሪያ አንተን እንድፈልግ እርዳኝ እንጂ አለምን አይደለም።

ይህ ቀን ለስምህ ክብር ይሁን።

በኢየሱስ ስም አሜን።

በጥምና እነኝህን ጥቅሶች ማሰላሰል

ጥቅሶቹን ከመጽሀፍ ቅዱስ ማጥናት

- መዝሙረ ዳዊት 5:3
- ማቴዎስ 6:33
- ኢሳይያስ 50:4
- ምሳሌ 8:17

"

ጥያቄዎች በማስታወሻ ደብተራችን ላይ በምጻፍ እራሳችንን እንጠይቅ

- ብዙውን ጊዜ ጠዋት ትኩረቴን የሚከፋፍልብኝ ምንድን ነው?

- በመጀመሪያ ከእግዚአብሔር ጋር ለመገናኘት ቀለል ያለ ሁኔታን እንዴት መፍጠር እችላለሁ?

- ለጠዋት ፀሎት እንድሰንፍ የሚያድርገኝን ነገር ምን መተው አለብኝ?

የጠዋት እቅድህ እግዚአብሔርን ያስቀደመ እቅድ ይሁን።

- ❖ 5 ደቂቃ ጸሎት

- ❖ 5 ደቂቃ መጽሀፍ ቅዱስ ማንበብ

- ❖ 5 ደቂቃ ማስታወሻ መጻፍና አምልኮ ማድረግ

ዛሬ ማታ ከ30 ደቂቃ በፊት ለመነሳት በመዘጋጀት ነገ በእግዚአብሔር ፊት በመሆን ቀንን መጀመር።

ስንፍና የሚሞተው የህይወት ስረዐት ሲወለድ ነው። ስራዐት የሚወለደው ከሁሉም በፊት እግዚአብሔርን ስትፈልግ ነው።

ቀን 7፥ አስብ እና እንደገና ጀምር

ወደ ኋላ ተመልከት(ቺ)፤ የመጣህበትን(ሽ) አስብ(ቢ)፤
አመስግን(ኚ)፤ በመቀጠል ለሚመጣው በማስተዋል ለመራመድ
መወሰን።

መንገዳችንን እንመርምርና እንፈትን፤ ወደ እግዚአብሔርም
እንመለስ።

ስቆታወ ኤርምያስ 3:40

የመጀመሪያውን ሳምንት አልፈሀ(ሽ) ዛሬ ላይ ደርሰሃል(ሻል)።
ትልቅ ነገር ነው።

ግን እድገት ቀን እየቆጠሩ ወደ ፊት መሄድ ብቻ አይደለም ፣
ለማስትዋልና በጥልቀት ለማየት ለአፍታ ማቆምም ጮምር ነው።

ይህ ጉዞ የማያቋርጥ የህይወት መርህ ነው እንጂ ፍጹም ለመሆን
አይደለም። ስለ እድገት ነው።

ዛሬ ከእግዚአብሔር ጋር ለመቀመጥ፤ ባሳየህ ነገር ላይ
የምታሰላስልበት እና በ2ኛው ሳምንት ውስጥ ለበለጠ እድገት
ልብህን(ሽ) የምታዘጋጅበት ቀንህ(ሽ) ነው።

ጸሎት

የሰማይ አባት ሆይ

በዚህ የመጀመሪያ ሳምንት ውስጥ ለማለፍ ጥንካሬን ስለሰጠኸኝ አመሰግናለሁ::

በየትኛው የህይወት ክፍሌ ላይ እንዳደግኩ አሳይኝ:: ማደግ እና መሻሻል ባልቻልኩት ቦታ ላይ ፀጋህ ይብዛልኝ::

ማንኛውንም የጥፋተኝነት ስሜት፣ ትኩረቴንም የሚከፋፍል ነገር ቢኖርብኝ ወይም ፍርሃትን እንድተው አርዳኝ::

 በአንተ ለማረፍ እና ነገ በጠንካራ ሁኔታ ለመነሳት ለመዘጋጀት ዛሬን መርጫለሁ::

በኢየሱስ ስም አሜን::

በጥምና እነኝህን ጥቅሶች ማሰላሰል

ጥቅሶቹን ከመጽሀፍ ቅዱስ ማጥናት

- መዝሙረ ዳዊት 139:23–24
- 2 ቆሬንቶስ 13:5
- ኢሳይያስ 43:18-19
- ሉቃስ 5:16

ጥያቄዎች በማስታወሻ ደብተራችን ላይ በምጻፍ እራሳችንን እንጠይቅ

- በዚህ ሳምንት ስለራሴ ምን ተማርኩ?

- በመንፈሳዊ፣ በአእምሮ ወይም በስሜታዊ አቅጣጫ ያደግኩት እንዴት ነው?

- በዚህ ሳምንት ወደኋላ እንድገተት ያደረገኝ ምንድን ነው—ወደ ፊት እንድሄድ የረዳኝስ ምንድን ነው?

- ወደ 2ኛው ሳምንት ምን ዓይነት ልማድ ይዤ እቀጥላለሁ?

አሁን ከሳምንት በፊት እንደነበርከው(ሽ) አይደለህም(ሽ)።

ወደሁዋላ ተመልሶ ማየትና መገምገም አመለካከትን እና አይታን ያድሳል። ለማረፍ እንዲሁም ለመጠንከር እንደገና ለመጀመር ይረዳል። አሁን ወደ ጠለቀው አስታሳሰብ ለመሄድ ተዘጋጅተሃል(ሽ)

1ኛ ሳምንት ተጠናቋል፤ በክርስቶስ ኢየሱስ ተነስ(ሽ)

ወደ 2ኛው ሳምንት እንሸጋገር፤ ተግሣጽ እና ስራአት መልካም ነው፤ ጊዜያችንን፣ አካላችንን፣ አእምሮአችንን እና መንፈሳችንን በድል እንድንመላለስ እና ወደ ኃላ እንዳንወድቅ የምናሥለጥንበት መሳሪያ ነው።

ቀን 8፦ ጊዜን መጠቀም

ጊዜን አንተ ተቆጣጠረው እንጂ ግዜ አንተን እንዲቆጣጠርህ አትፍቀድለት።

እንግዲህ እንደ ጥበበኞች እንጂ ጥበብ እንደሌላቸው ሳይሆን እንዴት እንድትመላለሱ በጥንቃቄ ተጠበቁ፤ 16 ቀኖቹ ክፉዎች ናቸውና ዘመኑን ዋጁ።

ኤፌሶን 5:15–16

ጊዜን "አታገኝም" - ጊዜ ታዘጋጃለህ እንጂ። ስንፍና የሚባክን ጊዜን ይወዳል። ነገር ግን በስራዐት እና በመርህ ሆን ተብሎ ጊዜን እንድናዘጋጅ ይጠበቅብናል።

በምድር ላይ ያለ እያንዳንዱ ሰው ተመሳሳይ 24 ሰዓታት አለው። ልዩነቱ? እንዴት እንደምንጠቀምበት ነው።

ኢየሱስ በምድር ላይ አጭር ጊዜ ነበር የኖረው፤ነገር ግን እያንዳንዱን ጊዜ በጥበብ ተጠቅሞበታል።

- የማለዳ ጸሎት (ማር 1:35)
- ትምህርትና ፈውስ (ሉቃስ 4:43)
- አስፈላጊ ሆና ሲገኝ ማረፍ (ማርቆስ 6:31)
- ከደቀ መዛሙርቱ ጋር ጊዜ ማሳለፍ (ዮሐንስ 15:15)

ጊዜ ቅዱስ ነው።

ጊዜ ሕይወት ነው። እና አንዴ ከሄደ፣ ተመልሶ አይገኝም።

ጸሎት

የሰማይ አባት ሆይ

ያለአግባብ ላጠፋሁትን ጊዜ ይቅር በለኝ።

ቀኖቼን እንድቆጥር በአግባቡ እና በሰላም በጥበብ እንድኖር አርዳኝ።

አስፈላጊ የሆነውን ነገር እንዳስቀድም አስተምረኝ እና የማይሆነውን የማይጠቅመውን መልቀቅ አስችለኝ።

በጊዜዬ ስንፍና ሳይሆን ዓላማዬን እንዳደርግ አርዳኝ።

በኢየሱስ ስም አሜን።

በጥሞና እነኝህን ጥቅሶች ማሰላስል

ጥቅሶቹን ከመጽሀፍ ቅዱስ ማጥናት

- መዝሙረ ዳዊት 90፡12
- መክብብ 3፡1
- ምሳሌ 6፡10–11

- ሉቃስ 12:35–40

ጥያቄዎች በማስታወሻ ደብተራችን ላይ በምጻፍ እራሳችንን እንጠይቅ

- የእኔ 3 ጊዜ አባካኝ ነገሮች ምንድናቸው?
- በቀን ውስጥ ለእግዚአብሔር የምሰጠው በየትኛው ጊዜ ነው?
- ኢየሱስ እኔን ብሆን ኖሮ 24 ሰዓት እንዴት ይጠቀም ነበር?

"ጊዜን በአግባቡ ለመጠቀም ዕቅድ" መፍጠር፦

1. በዚህ ሳምንት 3 ነገሮች ለማስወገድ መምረጥ (ለምሳሌ፦እረጅም ሰአት የቲቪ ማየት፣ ማህበራዊ ሚዲያ ላይ ግዜ ማጥፋትን ፣ ዘግይቶ መተኛት)

2. ለመጨመር 3 ነገሮችን መምረጥ (ምሳሌዎች፦- መጽሐፍ ቅዱስ ማንበብ፣ የእግር ጉዞ ማድረግ፣ ጆርናል ማድረግ፣ አላማና ግብ ላይ መሥራት)

3. ለእግዚአብሔር (ጥዋት፣ ቀትር ወይም ምሽት) ላይ ግዜን ለመስጠት በየቀኑ የተወሰነ ጊዜ መምረጥ፨

ስንፍና ብዙውን ጊዜ "ጊዜ የለኝም" በሚል ሽፋን ውስጥ ይደበቃል፨ ነገር ግን ከእግዚአብሔር ጋር ስትራመድ ሁል ጊዜ ለጉዳዩ ጊዜ ታገኛለህ፨

ቀን 9፡ ከክርስቶስ ጋር ከባድ ነገሮችን ማድርግ

ከአሁን በኋላ ቀላል መንገድ የለም – መስቀሉን ምረጥ፡፡

ኃይልን በሚሰጠኝ በክርስቶስ ሁሉን እችላለሁ፡፡

ፊልጵስዩስ 4:13

ስንፍና ብዙውን ጊዜ ነገሮች አስቸጋሪ ሲሆኑ ይገለጣል፡፡

ነገሮች ቀላል ሲሆኑ ጀምርን ሲከብድ እንድናቆም ለቀላል ሒወት አልተጠራንም ቢከብድም እግዚያብሔርን በመታዘዝ መቀጠል ይኖርብናል፡፡

ኢየሱስ ክርስቶስ ከመስቀል አልሸሸም ተሸከሞታል እንጂ፡፡

ከህደትን፣ ድብደባን፣ ፈተናን፣ ጭናን፣ ሀመምን ተቋቁም አልፎ ሞትንም አሸነፎ ተልኮውን አጠናቀቀ፡፡

ክብር ለስሙ ይሁን አሜን፡፡

በራሳችን ጥንካሬ ላይ ሳይሆን የምንደገፈው ሸክማችንን በሚቀበለን በክርስቶስ ላይ ነው፡፡

ስራዐት፣ ትኩረት፣ ጽናት ። እነዚህ በተፈጥሮ የሚመጡ ባህሪ አይደሉም እራስን በመግዛት የሚገነቡ ናቸው ።

ጸሎት

የሰማይ አባት ሆይ

ሲከብደኝ፣ አንተ ቅርብ መሆንህን አስታውሰኝ ።

ማቆም ስፈልግ ከተፈጥሮ በላይ የሆነ መለኮታዊ ጥንካሬን ስጠኝ ።

የምጮት ሂወትን እንዳልላመድ እና በታዛዥነት እንድሄድ እርዳኝ ።

አንተ ከእኔ ጋር ነህና ከባድ ነገርን አልፈራም ።

በኢየሱስ ስም አሜን ።

በጥሞና እነኝህን ጥቅሶች ማሰላሰል

ጥቅሶቹን ከመጽህፍ ቅዱስ ማጥናት

- ያእቆብ 1:12
- ገላትያ 6:9
- ዕብራውያን 12:2-3
- 2ኛ ቆሮንቶስ 12:9

ጥያቄዎች በማስታወሻ ደብተራችን ላይ በምጻፍ እራሳችንን እንጠይቅ

- ከፍርሃት ወይም ከስንፍና የተነሳ ላለመስራት የሸሸሁት ከባድ ነገር ምድን ነው?

- ክርስቶስ ብርታት እየሰጠኝ እንደሆነ ካመንኩ እንዴት ነው ይሄንን ከባድ ነገር ለማከናወን የምሞክረው?

- በአምላክ እርዳታ ያሸነፍኩት የትኛውን ከባድ ነገር ነው?

ዛሬ አንድ ከባድ ነገር አድርግ።

ሀሳቦች:-

- ከወትሮው ቀደም ብለሎ ከእንቅልፍ መነሳት

- ·ከ ሶሻል ሚዲያ ይልቅ ለእግር ጉዞ ማድርግ።

- እውነትን በፍቅር መናገር

- ባይመችም መጸለይ

- መጽሀፍ ማንበብ መጀመር

ከዚያም "ይህን ከባድ ነገር ያደረግኩት በክርስቶስ እርዳታ ነው" ብለህ ጻፍ።

መንፈሳዊ እድገት በቀላል ነገር አይመጣም መንፈሳዊ እድገት ዘላለማዊ የሆነው አላማ ነው። ከባድ ነገሮችን እንድትሠራ(ሪ) ተመርጠሀል(ሽ) ነገርግን ብቻህን አይደለህም(ሽ)።

ቀን 10፦ ከአሁን በሁዋላ የሚባክን ቀን አይኖርም

ከአሁን በኋላ "ዜሮ ቀን" የለም።

በየቀኑ አላማችሁን ከግብ የሚያደርስ ነገር ማድረግን መልመድ ትንሽ ቢሆንም

"የምታደርጉትን ሁሉ ለሰው ሳይሆን ለጌታ እንደምታደርጉት ቤጥራችሁ በሙሉ ልባችሁ አድርጉት።"

ቆላስይስ 3:23

የእድገት ጠላት ውድቀት አይደለም, ምንም ነገር አለማድረግ ነው እንጂ።

"ዜሮ ቀን" ማለት ለእድገት፣ ለጥሪ ወይም ለነብስ ፈወስ ዜሮ ጥረት ሲያደረግ ማለት ነው። እና በጣም ብዙ ዜሮ ቀናት ወይንም ያለ ምንም ተግባርና ሙከራ ግዜ ሲባክን? ባልንብት ቦታ ተጣብቀን እንቀራልን።

እውነታው ግን ይሄ ነው። ትናንሽ እርምጃዎች ወደፊት ያስቀጥላሉ።

ምንም እንኳን አንድ ጥቅስ ብቻ ቢሆንም ነገር ግን ከምንም ይሻላል፣ የ2 ደቂቃ ጸሎት ከ ዜሮ ጸሎት ይበልጣል።

ኢየሱስ ሰናፍጭ የምታክል የእምነት ዘር እንኳ ተራሮችን ሊያንቀሳቅስ እንደሚችል ተናግሯል። (ማቴዎስ 17:20) ትንንሽ ጅምሮችን በፍፁም አልናቀም። ከ ዜሮ ምንም ይሻላል።

ዛሬ, ሁሉንም አደርጋለሁ፣ ወይም ምንም አላደርግም የሚልውን አስተሳሰብን ገለነው በጥቂቱ ወደ አላማችን መጓዝ እንጀምር። ፍጹምናን እርሳ። እግዚአብሔር እንድትሆን ከጠራህ የህይወት ራዕይ ጋር የሚስማማ አንድ ነገር ብቻ በማድረግ ራስን ለትጋት ማስለመድ።

ጸሎት

የሰማይ አባት ሆይ

እንዳድግበት የሰጠሸኝን ቀናት ስላባከንኩኝ ይቅር በለኝ ።

ፍጹም ለመሆን በመፈለግ ወይም በፍርሃት ሽባ መሆን አልፈልግም ።

ለእይታ በማስመስል ሳይሆን ለእድገት እንድሰራ እርዳኝ።

ባለኝ የምችለውን ለማድረግ ጸጋን ስጠኝ ።

በኢየሱስ ስም አሜን።

በጥምና እነኙህን ጥቅሶች ማሰላሰል

ጥቅሶቹን ከመጽሀፍ ቅዱስ ማጥናት

- ዘካርያስ 4:10
- ማቴዎስ 17:20
- መክብብ 11:6
- ምሳሌ 13:4

ጥያቄዎች በማስታወሻ ደብተራችን ላይ በምጻፍ እራሳችንን እንጠይቅ

- ከትናንት ወይም ከዛሬ የተሻለ ያደረኩት "ትንሽ ለውጥ" ምንድን ነው?
- ወደፊት ለመራመድ አሁን ምን ቀላል እርምጃ መውሰድ እችላለሁ?
- ለምንድን ነው ፍጹም ለመሆን ከመጣር ይልቅ በየለቱ ማድረግ የሚገባንን ነገር ላይ ማተኮር ያለብን?

ምንም ወይንም ዜሮ ቀናት የሚባሉ የባከኑ ቀናቶች ከአሁን ቡዋላ አይኖሩም።

በየቀኑ በትንሹ ቢሆንም አንድ ጠቃሚ ነገር በማዳበር ወደ አላማ የሚያደርስ ነገር ለማደግ መወሰን ለምሳሌ [መንፈሳዊ ህይወት፣ የገንዘብ እድገት፣ አካላዊ ለውጥ፣ ወዘተ....]

ከዚያ ዛሬ አንድ እርምጃ ያንን ለማሳካት መውሰድ - ምንም እንኳን 5 ደቂቃዎች ብቻ ቢወስድም።

ይህን ጻፍ(ሪ)፦-

"ዛሬ ፍጹም ከመምሰል ይልቅ እድገትን መርጫለሁ፡፡

ዜሮ ቀን የለም፡፡ "ትንንሽ በሚመስሉ ተግባሮች፤ በታዛዥነት፤ በጊዜ ውስጥ፤ በተዐግስት፤ ሕይወት ይገነባል፡፡

ለውጥ በአንዲት ጀምበር አይመጣም በየቀኑ በሚፈጸሙ ጥቃቅን በትጋት በሚደረጉ ተግባራት ነው እንጂ፡፡

ቀን 11፡ መቆም ያለባቸው ልምምዶች

ብዙ ግዜን በማህበራዊ ሚዲያ ላይ ማጥፋት ፣ ሀሜት፣ አላማ ከሌለው ሰው ጋር ግዜን ማሳለፍ፣ ለሰው ለእይታ መኖር፣ ማስመሰል፣ ወዘተ...

አእምሮን ከሚረብሽ እና ከሚያዘናጉ ነገሮች መራቅን መለማመድ መልካም ነው::

በላይ ያለውን አስቡ እንጂ በምድር ያለውን አይደለም::

ቆላስይስ 3: 2

እውነቱን እንነጋገር ከተባለ በስልካችን ላይ የምናየው የተላያዩ በማህበራዊ ገጾች ላይ የምናየው ጨዋታና ድራማ፣ ዜና፣ ሀሜት፣ ዘለፋ፣ ወቅታዊ ወሬ.... ጥሩ ስሜትን እና አጀናኝ የሆነ ሱስ አለው ነገር ግን ከሚሰጠው ጥቅም በላይ በውስጣችን ያለውን ስጦታና መልካም የሆነውን የአስተሳሰብ ፍሬ ይሰርቃል::

ማህበራዊ ሚዲያ አነሳሽ እና አነቃቂ ሊሆን ይችላል፣ አፃ—ነገር ግን ንጽጽርን [እራስን ከሌላው ጋር ማወዳደርን] ፣ ትኩረትን የሚከፋፍል፣ ቅናት እና ስንፍናን እንዲሁም ጥበብ የሚመስል ውሸትን ይመግባል:: ለመዝናኛ የተጠቀምንበት ስልካችን ወደ ጥፋት እና መንፈሳዊ ድንዛዜ ይቀየራል::

ኢየሱስ ክርስቶስ ከተደበላለቀ የአልም ጨኸት እራሳችንን እንድንከላከል በኖረበት ሕይወቱ አሳይቶናል፡፡ ከአብ ጋር ጊዜ አሳልፏል፡፡ በሕዝብ መካከልም ቢሆን አእምሮውን በሰላም ይጠብቅ ነበር፡፡

በአእምሯችን ኃይል አለ፡፡ ነገር ግን በጣም ብዙ የማይረባ ምግብ ከመግብነው፥ ትኩረትን, ጥንካሬን እና የተጣራ አይታን ያጣል፡፡

ዛሬ፥ አእምሯችንን እና ነፍሳችንን ወደ እግዚአብሔር እንመልስ፡፡

"መልካም፥ ደስ የሚያሰኝና ፍጹም የሆነውን የእግዚአብሔር ፈቃድ ምን እንደ ሆነ ፈትናችሁ ታውቁ ዘንድ በአእምሮአችሁ መታደስ ተለወጡ እንጂ ይህን ዓለም አትምሰሉ፡፡"

ጸሎት

የሰማይ አባት ሆይ

ከድምጽህ ይልቅ ለስልኬ ትኩረት ስለሰጠሁ ይቅርታ አድርግልኝ፡፡

አስፈላጊ የሆነውን ለማየት ዓይኖቼን አሰለጥናለሁ፡፡

አእምሮዬን በቃልህ አድሳለሁ እና ከመዘናጋትም እቆጠባለሁ፡፡

ከተያዝኩበት አልባሌ ህይወት እንድወጣ እርዳኝ፡፡

በኢየሱስ ስም አሜን፡፡

በጥምና እነኝህን ጥቅሶች ማሰላሰል

ጥቅሶቹን ከመጽሀፍ ቅዱስ ማጥናት

- ሮሜ 12፡2
- መዝሙር 101፡3
- ፊልጵስዩስ 4፡8
- ሉቃስ 5፡16

ጥያቄዎች በማስታወሻ ደብተራችን ላይ በምጻፍ እራሳችንን እንጠይቅ

- በየቀኑ (በሐቀኝነት) በሶሻል ሚዲያ ምን ያህል ጊዜ አጠፋለሁ?
- ከረጅም በስክሪን[ሶሻል ሚዲያ] ላይ ጊዜ ካጠፋሁ በኋላ ስሜቴ እንዴት ይቀየራል?
- ያንን ጊዜ አእምሮዬን፣ እምነቴን ወይም ራዕዬን ለመገንባት ብጠቀም ሕይወቴ ምን ይመስላል?

ዲጂታል ዲቶክስ [ሶሻል ሚዲያ] ዲቶክስ

- ዛሬ ለማህበራዊ ሚዲያ አጠቃቀም የተወሰነ ሰዓት ማዘጋጀት (ከፍተኛ፡ 30 ደቂቃ) ፡፡
- ከ1-2 ሰአታት ከሶሻል ሚዲያ ይልቅ ለሚከተሉት ተግባሮች ሰአቱን መጠቀም፡-

- መጽሐፍ ቅዱስን ማንበብ፤ በጦመና መቀምጥ፤ አምልኮን ማድረግ መጽሀፍ ማንበብ.....

ከዚያም ጻፍ(ፈ):-

"የእኔን ትኩረት ዛሬ ለእግዚአብሔር ሰጠሁት እናም የእግዚያብሔር ህልውናው በግልጽና በጥራት ይሰማኛል።

ሶሻል ሚዲያ ያደነዝዛል። በ እግዚያብሄር ስር መገኘት ይፈውሳል። የተፈጠርከው(ሽው) እንድትፈጥር(ሪ) እንጂ ተመልካች ብቻ ለመሆን አይደለም።

ቀን 12፡ ሰውነትን ማሰልጠን

ሰውነታችን ቤተመቅደስ ነው - ቆሻሻ መጣያ አይደለም ፡፡

ሥጋችሁ የመንፈስ ቅዱስ ቤተ መቅደስ እንደ ሆነ አታውቁምን?
ስለዚህ በሥጋችሁ እግዚአብሔርን አክብሩ ፡፡

— 1 ቆሮንቶስ 6: 19–20

ሰውነትህ(ሽ) ቅዱስ ነው ፡፡

እግዚአብሔር መንፈሳችንን ብቻ አላዳነም ሁለንተናችን ያዳነን የእግዚያብሔር ነው ፡፡- ሰውነታችንን ለእግዚያብሔር እንጠብቃለን ፡፡

ስንፍና በምናደርገው ተግባር ይገለጣል በአመጋገብ ስራታችን፣ ምን ያህል ለሰውነታችን በምንሰጠው እረፍት እና ሰውነታችንን እንዴት አድርገን እንደምንከባከብ ማየት ይቻላል ፡፡ ሰውነታችንን እንደ ቤተ መቅደስ ልንመለከት ይገባል ፡፡

የእግር ጉዞ ማድረግ ፡፡ ማለዳ መነሳት ፡፡ ጾም ፡፡ እረፍት ማድርግ ፡፡ ከመጠን በላይ አለመመገብ ፡፡ በስርአት እና በዓላማ መኖር ይጠበቅብናል ፡፡

ሰውነታችን ለተፈጠርንበት ዓላማ የምንኖርብት ቤታችን እና የእግዚያብሔር የከበረ ዕቃ ነው እንጂ ለመልክ ብቻ አልተፈጠረም ፡፡

50

ሰውነታችሁን ስታሠለጥኑ፣ "ለእግዚአብሔር አገልግሎት ንዱህ፣ ጠንካራ፣ እና ዝግጁ አንዲሆን በማመን ሲሆን ያለን አመለካከት ለመልካም ይቀየራል ማለት ነው።

ጸሎት

የሰማይ አባት ሆይ

ስለዚህ ስለሰጠኸኝ አካል አመሰግናለሁ ምንም እንኳን ፍጹም ባይሆንም በአንተ ጸጋ ፍጹም እሆናለሁ።

እንደ ቆሻሻ እንደማይጠቅም ሳይሆን እንደ ስጦታ እንድይዘው እርዳኝ።

ሰውነቴን እንደ ቤተ መቅደስ እንድወደው እና እንድንከባከበው ጸጋን ስጠኝ።

የእኔ ስንፍና ሳይሆን በሰውነቴ ያለው ትጋትና ተግባር ያክብርህ።

በኢየሱስ ስም አሜን።

በጥምና እነኝህን ጥቅሶች ማሰላስል

ጥቅሶቹን ከመጽሀፍ ቅዱስ ማጥናት

- 1 ጢሞቴዎስ 4: 8
- ወደ ሮሜ ሰዎች 12:1
- ምሳሌ 23:2
- መዝሙረ ዳዊት 127:2

ጥያቄዎች በማስታወሻ ደብተራችን ላይ በምጻፍ እራሳችንን እንጠይቅ

- ሰውነቴን የእግዚአብሔር እንደሆነ አድርጌ ነው የምኖረው?
- በስንፍና ወይም ባለማስተዋል ምክንያት አካላዊ ጤንነቴን እንዴት ነው ቸላ ያልኩት?
- ሰውነቴን ለማጠናከር በዚህ ሳምንት ምን ትንሽ እና ተከታታይ እርምጃ መውሰድ እችላለሁ?

ዛሬ ከሚከተሉት ውስጥ አንዱን በመምረጥ አድርግ፦

ለ20+ ደቂቃ የእግር መንገድ ይሂድ (ስልክ የለም) ።

ጤናማ ምግብ በማዘጋጀት ከመብላት በፊት መጸለይ።

ለ 15 ደቂቃ ቀላል የሰውነት እንቅስቃሴ ማድረግ።

ጤናማ ያልሆነ ልማድ (ስኳር፣ ለስላሳ መጠጥ፣ ከመጠን በላይ መብላት፣ ወዘተ) አለመመገብ።

ከዚያም ጻፍ(ሪ)፦

"ዛሬ እግዚአብሔርን በሰውነቴ አከበርኩት - ስለዚህም የበለጠ አበረታኝ።"

እግዚያብሔር በጸጋው በሁሉም የሕይወትህ ክፍል ማለትም በመንፈሴ፣ በነፍሴ እና በስጋዬ ላይ ጥንካሬን ብርታትን እንድገነባ ይረዳኛል።

ቀን 13፦ ማለዳን ማሸነፍ

ማለዳ በመንግሥተ ሰማያት አለማ መንቃት፣ ልክ እንደ ኢየሱስ ክርስቶስ።

"በጣም በማለዳ ገና ጨለማ ሳለ፣ ኢየሱስም ተነስቶ ከቤት ወጥቶ ወደ ገለልተኛ ስፍራ ሄደና ጸለየ።

ማርቆስ 1:35

"ፍፁም" የሆነ እንከን የሌለበት የጠዋት ልምምድ ሳይሆን የሚያስፈልገን በጣም ጥቂት የሆነ ለቀናችን የሚያስፈልግ መነቃቃትና ከመንፈስ ቅዱስ ጋር ማለዳን በመጀመር ለእለት ተግባር መዘጋጀት ብቻ ነው።

ሰማያዊ የሆነ እንደ እግዚያብሄር መንግስት ወራሽ እንደ ሆነ ሰው የጠዋት የዕለት ተዕለት ተግባር እና በመንፈስ ሙሉ የሆነ ተስፋን የተሞላ ዝግጁ የሆን ልብ ያስፈልገናል። ለእለት ለምንሰራው ክንውን ብቻ ሳይሆን መንፈሳችንን የሚያነቃቃ መዘጋጀት ያስፈልገናል ።

በየማለዳው አዲስ ነው፤ ታማኝነትህ እጅግ ብዙ ነው።

(ሰቆቃወ ኤርምያስ 3:23)

ስለዚህ ዛሬን, ማባከን የለብንም። አለም ሳይገናኘን በፊት እግዚአብሔርን በማለዳ እንገናኛለን።

ጸሎት

የሰማይ አባት ሆይ

ለዚህ ቀን ስጦታ አመሰግናለሁ።

በድንጋጤ በፍርሀት በስጋት ሳይሆን በኣላማ ስላነቃኸኝ አመሰኛለሁ።

መጀመሪያ አንተን እንድፈልግ ፀጋን ስጠኝ ከስልኬ፣ ከስራ ሀሳብ ወይም ከአለም በፊት አንተ ተገናኘኝ።

እንደ ኢየሱስ ክርስቶስ በስልጣን ማለዳየን እንዳከናውን አስተምረኝ።

በኢየሱስ ስም አሜን።

በጥሞና እነኝህን ጥቅሶች ማሰላሰል

ጥቅሶቹን ከመጽሀፍ ቅዱስ ማጥናት

- መዝሙረ ዳዊት 5:3
- ምሳሌ 8:17
- መዝሙረ ዳዊት 143:8

ጥያቄዎች በማስታወሻ ደብተራችን ላይ በምጻፍ እራሳችንን እንጠይቅ

- ከእንቅልፌ ስነቃ የማደርገው የመጀመሪያው ነገር ምንድን ነው?
- ማለዳዬን በቅድሚያ ለእግዚአብሔር ብሰጥ ሕይወቴ እንዴት ሊለወጥ ይችላል?
- አምላክን ቶሎ እንዳልፈልግ የሚከለክለኝ የትኞቹ ነገሮች ናቸው?

የጠዋት የዕለት ተዕለት ተግባር ለመገንባት፤

ነገ በዚህ በ3 እቅድ መጀመር፦-

1. ከ 30 ደቂቃዎች በፊት መነሳት
2. መጸለይ
3. ከወንጌላት መጽሐፍ 1 ምዕራፍ ማንበብ

ከዚያም ጻፍ(ሪ)፦-

"ዛሬ፣ ቀኔን በሰማያዊ አላማ ጀመርኩ፤ ስልዚህም በሀይል በጽናት እና በትጋት እውላልሁ

ማለዳዬ የስንፍና፣ የፍርሃት፣ ወይም የሶሻል ሚዲያ አይደለም። ማለዳዬ የንጉሱ ነው።

በዚህ ሀይለኛ ቃል ማለዳችንን ስንጀምር ቀኑን ማሸነፍ እንችላለን::

ቀን 14፡ ጓደኛን መምረጥ

ብቻችንን ማደግ አንችልም - እግዚአብሔር ሰዎችን ይጠቀማል።

"ብረት ብረትን እንደሚስል፥ ስለዚህ አንዱ ሌላውን ይስላል።

— ምሳሌ 27:17

በፍጥነት መሄድ ከፈለግክ(ሽ) ብቻህን ሂድ(ጂ)። ሩቅ መሄድ ከፈለግክ(ሽ) ግን እግዚአብሔር ከሾማቸው ሰዎች ጋር ሂድ(ጂ)።

ኢየሱስ ክርስቶስ ሰዎች ነበሩት። ብቻውን ሁሉን ቻይ ሲሆን ነገርን ከሰው እራሱን አላገለለም ።

ብዙ ጊዜ ስንፍና፣ በመገለል ውስጥ በምሆን መንፈሳዊ ድርቀትን ያመጣል በብቸኝነት ውስጥ ይከታል። ብዙ ሰው ሳይሆን ነገርን ወደ አላማችን የሚያስጠጉን ሰዎች ያስፈልጉናል።

ብቻህን(ሽ) ለመዋጋት፣ ለማደግ ወይም ለመነሳት አልተጠራህም(ሽ)። እድገትና ከፍታህ(ሽ) ከማህበረሰብህ ጋር ለማህበረሰብ ለመጥቀም ነው።

ጸሎት

የሰማይ አባት ሆይ

የሚስቡልኝን የሚራሩልኝን ሰዎች እንዳገኝ አርዳኝ -ከምፎት በላይ አንተን የሚወዱ።

ከማን ጋር መሄድ እንዳለብኝ እና ከማን መራቅ እንዳለብኝ አሳየኝ።

እውነትን በሚናገሩ፣ በእምነት ተራማጆች እና በራእይ ገንቢዎች ከበበኝ።

ማንኛውም ወዳጅነትና ግንኙነቶቼ አንተን ያከብሩህ።

በኢየሱስ ስም አሜን።

በጥሞና እነኝህን ጥቅሶች ማሰላሰል

ጥቅሶቹን ከመጽሀፍ ቅዱስ ማጥናት

- መክብብ 4:9–10
- 1 ቆሮንቶስ 15:33
- ዕብራውያን 10:24–25
- ሉቃስ 6:12–13

ጥያቄዎች በማስታወሻ ደብተራችን ላይ በምጻፍ እራሳችንን እንጠይቅ

- በሕይወቴ ውስጥ የእኔን እድገት እና እምነት የሚያበረታታ ማን ነው?
- ወደ ስንፍና ወይም አሉታዊነት የሚጎትተኝ ማን ነው?

- ምን አይነት ጓደኛ ወይም የማህበረሰብ አባል መሆን አፈልጋለሁ?

ዛሬ ይሄንን አድርግ

እግዚአብሔርን የሚፈራ ሰው (ወይንም በእምነት የምታደንቀውን ሰው) አግኝቶ ለማዉራት መክር(ሪ)።

ጥልቅ ጥያቄ ጠይቅ(ቂ)፤ አብራችሁ ጸልዩ፤ ወይም ለመገናኘት አስቡ።

ወይም በዚህ ሳምንት የአካባቢ የመጽሐፍ ቅዱስ ጥናት፤ ትንሽ ቡድን ወይም ቤተ ክርስቲያን መገናኘት።

ከዚያም ጻፍ(ፊ)፦

"እግዚአብሔር ለዓላማዬ ከትክክለኛዎቹ ሰዎች ጋር ያገናኘኛል." የተሳሳቱ ሰዎች እጣ ፈንታን ያዘገዩታል. ትክክለኛዎች ለመድረስ ይደግፉሉ።

እግዚያብሄር ካዘጋጅልኝ ሰዎች ጋር የጌታን መንግስት አገለግላለሁ።

ቀን 15 ከመጽሐፍ ቅዱስ እንዴት መጾም እችላልሁ?

በጾም ሥጋንና መንፈስን ማስልጠን

ስትጾሙ እንደ ግብዞች አትጠውልጉ፤ እነርሱ መጾማቸው እንዲታወቅላቸው ሆነ ብለው በፊታቸው ላይ የሐዘን ምልክት ያሳያሉና፤ እውነት እላችኋለሁ፤ እንዲህ የሚያደርጉ ዋጋቸውን በሙሉ ተቀብለዋል።

-6:17-18ማቴዎስ

ጾም መራብ ወይም ምን ያህል ሀይማኖተኛ መሆናችንን ማሳያ አይደለም። እራስን ስለማዋረድ እና ለእግዚአብሔር መገዛታችንን መግለጫና እንዲሰራ ቦታ ለመስጠት የምንሳየው ትህትና ነው።

ኢየሱስ በምድረ በዳ ለ40 ቀናት ጾሟል—ፈተናውን ለመቋቋም እና ተልዕኮውን ለመወጣት በመንፈስ በረታ።

ጾም ስንፍናን ለመስበር፤ በአንድ ነገር ላይ ትኩረትን ለማድረግ ፤ እና የጸሎት ሕይወትን ለማባርታት በጣም ይጠቅማል።

ጾምን እንዲህ ብሎ መጀመር ብርታትን ይጨምራል።

"እግዚአብሔር ሆይ ከምሾቴ በላይ በአንተ ታምኛለሁ።

ጸሎት

የሰማይ አባት ሆይ

በትህትና እና በእምነት እንዴት መጸም እንዳለብኝ አስተምረኝ፡፡

ከምግብ ወይም ከምቾት በላይ በአንተ እንድተማመን እርዳኝ፡፡

እኔን ለመቅረብ፣ መንፈሴን ለማጠናከር እና የስንፍና ሰንሰለትን ለመስበር ይህን ጸም አንተ ተጠቀምበት፡፡

በኢየሱስ ስም አሜን፡፡

በጥምና እነኝህን ጥቅሶች ማሰላስል

ጥቅሶቹን ከመጽሀፍ ቅዱስ ማጥናት

- ኢሳ 58:6-9
- ኢዩኤል 2:12-13
- ሉቃ 4:1-2
- የሐዋርያት ሥራ 13:2-3

ጥያቄዎች በማስታወሻ ደብተራችን ላይ በምጸፍ እራሳችንን እንጠይቅ

- የጸም ምክንያት ወይም ዓላማ ምንድን ነው?
- ይህ ጸም ወደ እግዚአብሔር እንዲያቀርብኝ ምን ያህል ነው ፍላጎቴ?

- ምን ተፈታታኝ ሁኔታዎች ሊያጋጥሙኝ ይችላሉ? በአምላክ መታመን የምችለው እንዴት ነው?

ዛሬ ይሄንን አድርግ(ጊ)

ጾምን ማቀድ

1. ከመጽሀፍ ቅዱስ የያም አይነትን መምርጥ (የዳንኤል ጾም የአስቴር ያም....)።

2. የጾሙን መጀመሪያ እና መጨረሻ ቀን መወሰን።

3. ልብን ለጸሎት እና ለቃል ማዘጋጀት።

4. ከተቻለ ለታመነ የጸሎት አጋር ማሳወቅ።

5. እግዚአብሔር የሚገልጠውን በየዕለቱ መዘገብ ውይንም መጻፍ።

ጾም ለሥጋ፣ ለአእምሮ እና ለነፍስ የተቀደሰ ስርዐት ነው።

ጾም እግዚአብሔር በታላቅ መንገድ እንዲገለጥና እንዲታይ መፍትሄም እንዲሰጠን የሚያደርግ መንፈሳዊ ሀይል ነው።

ቀን 16፡ ሰቡብን ሱብሮ መውጣት

በአይምሮ የሚመጣውን የስንፍና ውሽቶችን አለመቀበል፣ የእግዚአብሔርን የእውነት ቃል መቀበል።

ስለዚህ ማንም በክርስቶስ ቢሆን አዲስ ፍጥረት ነው፤ አሮጌው ነገር አልፎአል፤ እነሆ፣ አዲስ ሆኖአል።

2 ቆሮንቶስ 5: 17

ሰበብ የስንፍና ትልቁ መሳሪያው ነው። ለነብስ ድክመትን ሹክ እያላት ተሳስረን እንድንቀመጥ ያደርገናል።

- "በጣም ደክሞኛል"
- "ነገ እጀምራለሁ"
- "እድል የለኝም።"
- "ይህ ለእኔ አይደለም."
- የእግዚአብሔር ቃል ግን አዲስ ፍጥረት ናችሁ ይላል።
- ትላንት እድነበርከው አይደለህም፦
- አሁን ከሰበብና ከስፍና በመላቀቅ እና እግዚአብሔር ወደሰጠህ እጣ ፈንታ የምትገባበት ጊዜ ነው።

ጸሎት

የሰማይ አባት ሆይ

ወደ ኋላ የጎተቱኝን የከለከሉኝን የስንፍና ሰበቦች እናዘዛለሁ፡፡

ጥርጣሬዬን በእምነት፣ ፍርሀቴን በድፍረት፣ ድካሜን በጥንካሬ ለውጠው፡፡

በክርስቶስ ያገኘሁትን አዲስ ፍጥረት እንድቀበል እርዳኝ፡፡

ከእንግዲህ ሰበብ የለም፡፡

በኢየሱስ ስም አሜን፡፡

በጥምና እነኝህን ጥቅሶች ማሰላስል

ጥቅሶቹን ከመጽሀፍ ቅዱስ ማጥናት

- ሮሜ 8፥1
- ፊልጵስዩስ 4፥13
- ኢሳይያስ 41፥10
- ኢያሱ 1፥9

ጥያቄዎች በማስታወሻ ደብተራችን ላይ በምጻፍ እራሳችንን እንጠይቅ

- ብዙ ጊዜ ለራሴ የነገርኳቸው ሰበቦች ምንድን ናቸው?
- እነዚህ ሰበቦች እንዴት እንዳልቀየር ያደርገኛል?
- እነዚህን ውሸቶች ሊተካ የሚችለው ከአምላክ ቃል የሚገኘው እውነት አለ?
- ለመላቀቅ ዛሬ የምወስደው አንድ እርምጃ ምንድን ነው?

ከዚያም ጻፍ(ፊ)፦

ዋናዎቹን 3 አላስፈላጊ ሰበብ በጽሁፍ መጥቀስ።

ለእያንዳንዳቸው በአይምሮዋችን የሚመጣውን የውሸት የስንፍና ሀሳቦች የሚያፈርስ በቅዱስ መጽሀፍ ላይ የተመሠረተ ቃል ምላሽ መጻፍ።

ለምሳሌ፥ "በጣም ደካማ ነኝ."

ምላሽ፦ "ኃይልን በሚሰጠኝ በክርስቶስ ሁሉን እችላለሁ። —ፊልጵስዩስ 4:13

ከዚያም ጮክ ብለን እናውጃለን፦

"ከእንግዲህ የሰበብና የስንፍና የማመካኛ ባሪያ አይደለሁም በክርስቶስ ነፃ ነኝ"

ቀን 17፦ የጸሎት ሀይወትህን መገንባት

እንደ አባታችን ከእርሱ እንደወጣን ከእግዚአብሔር ጋር እንነጋገራልን።

አባ አባት ብለን የምንጮኸበትን የልጅነት መንፈስ ተቀበላችሁ እንጂ እንደገና ለፍርሃት የባርነትን መንፈስ አልተቀበላችሁም። ሮሜ 8፥15

"ሳታቋርጡ ጸልዩ"

1 ተሰሎንቄ 5:17

ስንፍናን ለማቆም ወይም ወደሁዋላ በማዘግየት በልብ ሃሳብ ስንፈተን፤ ጸሎት ካለንበት የስንፍና መንፈስ ወተን በጥንካሬ እና በማስተዋል ወደ በረከታችን ምንጭ ጋር ያገናኛናል። ጸሎት ልባችንን ከእግዚአብሔር ፈቃድ ጋር ያስተካክላል፤ አአምሯችንን ያድሳል እና አምነታችንን ያሳድጋል።

ጸሎት ለእለቱ እንደምንሰራው የሥራ ዝርዝር ውስጥ ያለ ተግባር ብቻ አይደለም - የሕይወት ጥብቅ መሰረትና መሄጃ መንገድ እና መስመር ነው።

ኢየሱስ ያለማቋረጥ ይጸልይ ነበር—ከውሳኔ በፊት፤ ከተአምራት በኋላ፤ በማዕበል መካከልም ቢሆን።

የጸሎት ህይወቱ በግልጽ ተጽፎልናል። በጸሎት ታማኝ እና ኃይለኛ ነበር።

ጸሎት

የሰማይ አባት ሆይ

ያለማቋረጥ እንድጸልይ አስተምረኝ፣ በቅንነት እና በእምነት።

ከሁሉ በፊት አንተን እንድፈልግ እርዳኝ።

የጸሎት ሕይወቴን ጠንካራ፣ የማያቋርጥ እና ሕይወት ሰጪ እንዲሆን እርዳኝ።

በኢየሱስ ስም አሜን።

በጥምና እነኝህን ጥቅሶች ማሰላሰል

ጥቅሶቹን ከመጽሀፍ ቅዱስ ማጥናት

- ሉቃስ 5:16
- ወደ ፊልጵስዮስ ሰዎች 4:6
- ማቴዎስ 26:41
- ያእቆብ 5:16

ጥያቄዎች በማስታወሻ ደብተራችን ላይ በምጻፍ እራሳችንን እንጠይቅ

- የአሁኑ የጸሎት ሕይወቴ ምን ይመስላል?

68

* ወደ አምላክ የቀረብኩት መቼ ነው?

* ጸሎትን ተፈጥሮዋዊ የማያቋርጥ ልማድ ማድረግ የምችለው እንዴት ነው?

* በዚህ ሳምንት ስለምን ጸሎቶችን ማድረግ ይኖርብኛል?

ከዚያም ጸፍ(ፌ):-

* ለመጸለይ በየቀኑ 3 "ምርጥ" ጊዜዎችን ማዘጋጀት (ጥዋት፣ ቀትር፣ ሌሊት) ።

* ቃል ማንበብ

* አምልኮ

* ንስህ መግባት (መናዘዝ)

* የምስጋና ቀን

* ልመና (ምልጃ)

* ለተመለሱ ጸሎቶች እና ግንዘቤዎች የጸሎት ማስታወሻ መያዝ።

"ዛሬ የጸሎት ህይወቴን ለማሳደግ ወስኛለሁ - በየቀኑ ከእግዚአብሔር ጋር ለመኗዝ ተነስቻለሁ።"

ጸሎት መንፈሳዊ ማገዶ ነው መንፈሳችን እንዲቀጣጠል ያደርገዋል እና ህይወታችን በጣም በፈጥነት ሲለወጥ ማየት እንችላለን።

ቀን 18፦ እንደ ኢየሱስ በጥምና

መቀመጥ

ነፍስህን ጸጥ አሰኝቶ፣ መንፈስ ላይ ትኩረት መስጠት

እግዚአብሔር መንፈስ ነው፤ የሚሰግዱለትም በመንፈስና በእውነት ሊሰግዱለት ያስፈልጋቸዋል።

የዮሐንስ 4፥24

በጥምና ማሰላሰል ለመረጋጋት ብቻ ሳይሆን ከ እግዚያብሄር ጋር ለግንኙነትም ጭምር የምናደርገው ለዩ ሰአትና ግዜ ነው።።

ጌታችን ኢየሱስ ክርስቶስ የአብን ድምጽ በግልፅ ለመስማት ለብቻ በማይረብሽ ቦታ በጸጥታ ማስለፍ ያለውን ሃይል ያውቃል። ጭጭታ በበዘበት፣ በተጨናነቀ ዓለም ውስጥ፣ የመንፈስን ድምጽ ለመስማት እና ለማሰላሰል በጣም ይከብዳል። በጸጥታ ለራስ ግዜ ሰቶ በእግዚያብሄር ቃል አአምሮን ለማደስ፣ በእግዚአብሔር ተስፋዎች ላይ ለማድረግ እና የጠላትን ውሸቶች ለመቋቋም በጣም ይረዳል።።

መጽሐፍ ቅዱሳዊ በጥምና ማሰላሰል ማለት በእግዚአብሔር ቃል ላይ በጥልቀት ማሰብ፣ ወደ ልብህ እንዲሰምጥ እና ሃሳብህን እንዲለውጥ ማድረግ ማለት ነው።።

ጸሎት

የሰማይ አባት ሆይ

ቀንና ሌሊት ቃልህን እንዳሰላስል አስተምረኝ።

በአንተ ላይ ለማተኮር አእምሮዬ ውስጤ ጸጥ እንዲልና እና ሰላምን እንዳገኝ እርዳኝ።

እውነትህ በቃልህ ይጠበኝ አእምሮዬንም ቀይርልኝ።

በኢየሱስ ስም አሜን።

በጥሞና እነኘህን ጥቅሶች ማሰላስል

ጥቅሶቹን ከመጽሀፍ ቅዱስ ማጥናት

- መዝሙረ ዳዊት 1:2
- ኢያሱ 1:8
- ፊልጵስዩስ 4:8
- መዝሙረ ዳዊት 46:10

ጥያቄዎች በማስታወሻ ደብተራችን ላይ በምጻፍ እራሳችንን እንጠይቅ

- ሰላም የሚሰጡኝ እንዲሁም የሚሞግቱኝ የመጽሐፍ ቅዱስ ጥቅሶች የትኞቹ ናቸው?

- በየቀኑ በጥምና ለማሰላሰል ምቹ ቦታ እንዴት መፍጠር እችላለሁ?

- የጸጥታ ጊዜዬን የሚሰርቁኝ ነገሮች ምንድን ናቸው?

- በተከታታይ በጥምና ሳሰላስል በህይወቴ ምን ይለወጣል?

ከዚያም ጻፍ(ፊ):-

የማሰላሰል ልምምድ መጀመር አሁን ነው:-

- ዛሬ አንድ የመጽሐፍ ቅዱስ ጥቅስ ወይም ቃል ማሰላሰል::

- ጸጥ ያለ ቦታ በመፈለግ፣ በተረጋጋ ሁኔታ በመቀመጥ ከ3-5 ጊዜ በቀስታ ለማሰላሰል የመረጥነውን ቃል ደጋግሞ ማለት::

- አይንን በመጨፈን በቀስታ በአእምሮ ቃሉን መደጋገም::

- እግዚአብሔር በቃሉ አማካኝነት ምን እያለ ሊሆን እንደሚችል ማሰብ::

- ማናቸውንም ግንዛቤዎች ወይም ጸሎቶች በአጭሩ መጻፍ::

በጥምና ማሰላሰል ልብን እና አእምሮን ከእግዚአብሔር ድምጽ ጋር ያገናኛል—ፊቃዱን ለመፈጸም ጥንካሬን ይገነባል::

ቀን 19፦ እረፍት እንደ ኢየሱስ

የሰንበት ዕረፍት ለአካል፤ ለአእምሮ እና ለነፍስ

እናንት ራሳችሁ ብቻችሁን ወደ ምድረ በዳ ኑና ጥቂት ዕረፉ አላቸው፤ የሚመጡና የሚሄዱ ብዙዎች ነበሩና፥ ለመብላት እንኳ ጊዜ አጡ።

- ማርቆስ 6:31

እረፍት ቅንጦት ሳይሆን ትእዛዝ ነው።

ጌታ ኢየሱስ ክርስቶስ ዕረፍትን አርፏል። ከሕዝብ መራቅን፤ በማዕበል መካከል እንኳን ኢየሱስ ክርስቶስ ሲተኛ አይተናል ።

ዕረፍት ሰውነትን ያድሳል፤ አእምሮን ያድሳል እና ነፍስን ይመልሳል ያረጋጋል።

እግዚያብሄር እረፍትን ያስተማረን ገና ከጅምሩ ነበር።

ያለ እረፍት በመባከን፤ ስንፍና እንደ ድካም በመሰልቾት መስሎ ሊገባ ይችላል። እግዚአብሄር ጠንክረን እንድንሰራ እና በደንብ እንድናርፍ ይፈልጋል።

ጸሎት

የሰማይ አባት ሆይ

ያለ ወቀሳ እረፍት እንዳደርግ እርዳኝ።

ሰውነቴ እና ነፍሴ "በቃ" ሲሉኝ እንድሰማ አስተምረኝ።

በተሻለ ሁኔታ ላገለግልህ እንድችል ኃይሌን መልስልኝ።

በኢየሱስ ስም አሜን።

በጥሞና እነኝህን ጥቅሶች ማሰላሰል

ጥቅሶቹን ከመጽሀፍ ቅዱስ ማጥናት

- ዘጸአት 20፥8-11
- ማቴዎስ 11፥28-30
- መዝሙረ ዳዊት 23፥2-3
- ዕብራውያን 4፥9-10

ጥያቄዎች በማስታወሻ ደብተራችን ላይ በምጻፍ እራሳችንን እንጠይቅ

- አሁን እንዴት አርፋለሁ? ሆን ብዬ ወይስ በአጋጣሚ ነው የማርፈው?

- በማረፍ ላይ ምን ዓይነት አስተሳሰብ ነው ያለኝ? የጥፋተኝነት፣ የመውቀስ ስሜት ወይም ተቃውሞ ይሰማኛል?

- በሳምንቱ ውስጥ የእረፍት ግዜ እንዴት መፍጠር እችላለሁ?

- በመንፈሳዊ እና በአካላዊ ሁኔታ እረፍት የሚሰማኝ እንዴት እና መቼ ነው?

ከዚያም ጻፍ(ሪ)፦

የሰንበት ዕረፍት ዕቅድ መፍጠር፦

- ሙሉ ለሙሉ ከተለያዩ ተግባራት እራስን በመቆጠብ እረፍት ለማድረግ ቀን መምረጥ።

- በእረፍት ሰአት ከኢየሱስ ክርስቶስ ጋር ለማረፍ የሚሆኑ ተግባራትን ማቀድ፣ ለቤተሰብ ጊዜ መስጠት ጸሎት፣ ማንበብ፣ በተፈጥሮ ቦታ ማሳለፍ ፣ እንቅልፍ መተኛት።

- በተቻለ መጠን ሥራን፣ የቤት ውስጥ ሥራዎችን፣ እና ማህበረ ገጽ ላይ አለመሆን።

- እግዚአብሔርን ስለሰጠን ህይወትና እና ሰላምን በማንፀባርቅ ማመስገን።

"ዛሬ በእግዚአብሔር ፊት እና ህይል አርፋለሁ"

እረፍት ለእምነት እና ለፍሬያማነት ህይል ነው። እንደ ኢየሱስ ክርስቶስ ማረፍ ነፍስን ያድሳል።

ቀን 20፦ በራስ ላይ ህይወትን መናገር

በየቀኑ አዋንታዊ የእምሮ አመለካከትን መለማመድ (ወይም መቀበል) በክርስቶስ ኢየሱስ ያለንን ዋጋ የህይወታችንን ዋጋ በየቀኑ ማሰላሰል።

ጭብጥ ሀሳብ፦ ቃሎቻችን ዘሮች ናቸው— እምነት እንጂ ፍርሃት አንዘራም።

" ሞትና ሕይወት በምላስ እጅ ናቸው;
የሚወዱአትም ፍሬዋን ይበላሉ ።"

ምሳሌ 18፡21

ስንፍና ብዙውን ጊዜ የሚጀምረው በአሉታዊ ሀሳብ ራስን በመናገር ነው።

"አልችልም።"

"በጣም ደክሞኛል."

"በፍፁም አልለወጥም."

የእግዚአብሔር ቃል ግን በራሳችን ላይ ሞትን ሳይሆን ሕይወትን እንድንናገር ያሳስበናል።

ጌታችን ኢየሱስ ክርስቶስ በሁሉም ሁኔታዎች ላይ እውነትን፥ ፈውስን፣ ተስፋን እና ዓላማን በማድረግ በማስተማርና በመኖር አሳይቶናል።

ከአንደበታችን የሚወጣው ቃል ወይ ወደ ድል የሚያድግ የእምነት ዘሮችን ይዘራል ወይም የጥርጣሬን ዘር በመዝራት ወደ ሽንፈትና ወደ ውድቀት ሊወስደን ይችላል።

 ከሚታየው ሁኔታ ጋር ባይስማሙም እንኳ ስለ ሕይወት ለመናገር መምረጥ ጥበብ ነው።

ጸሎት

የሰማይ አባት ሆይ

አንደበቴን እንድገራ እና ቃላቶቼ የተመረጡ እንዲሆኑ እርዳኝ።

ፍርሀቶቼን እና ጥርጣሬዎቼን በእውነት እና በአንተ በቃል እንድተካ ልቤን ከፈትልኝ።

ቃሎቼ ሕይወት ሰጪ፣ እምነት የሞላባቸው እና ኃይል ሰጪ እንዲሆኑ እርዳኝ።

በኢየሱስ ስም አሜን

በጥምና እነኝህን ጥቅሶች ማሰላሰል

ጥቅሶቹን ከመጽህፍ ቅዱስ ማጥናት

- ምሳሌ 15:4

- ያዕቆብ 3:5-10

- መዝሙረ ዳዊት 34:1

- ኢያሱ 1:8

ጥያቄዎች በማስታወሻ ደብተራችን ላይ በምጻፍ እራሳችንን እንጠይቅ

- ስለ ራሴ ምን አሉታዊ ነገር ተናግሬአለሁ?

- ይሄንን አሉታዊ ቃል በአምላክ እውነት መተካት የምችለው እንዴት ነው?

- በየቀኑ እንዴት ነው አዎንታዊ ቃላቶችን በራሴ ላይ የማውጀው?

- ቃላቶቼ ተነሳሽነቴን እና ድርጊቴን የሚቀይሩት እንዴት ነው?

ከዚያም ጻፍ(ፊ)፦

አወንታዊ የሆኑ፣ በእምነት የተሞሉ መግለጫዎችን ከመጻሕፍ ቅዱስ ወይም በእግዚአብሔር ተስፋዎች ላይ የተሞሉ ቃሎችን መጻፍ፡፡

ምሳሌ፦

- "በክርስቶስ ጠንካራ ነኝ፡፡"

- "ሁሉንም ነገር በእርሱ ማድረግ እችላለሁ።"

- "እግዚአብሔር ለህይወቴ ዓላማ አለው።"

- "እኔ ከአሸናፊዎች በላይ ነኝ።"

- "የሕይወትን ቃል በአእምሮዬ ላይ፣ በአካሌ እና በመንፈሴ ላይ እናገራለሁ"

ቀን 21፦ አሁን ለውጥን መኖር

አዲስ ሕይወት - በሙላት መኖር

ከክርስቶስ ጋር ተሰቅዬአለሁ፤ እኔም አሁን ሕያው ሆኜ አልኖርም ክርስቶስ ግን በእኔ ይኖራል፤ አሁንም በሥጋ የምኖርበት ኑሮ በወደደኝና ስለ እኔ ራሱን በሰጠው በእግዚአብሔር ልጅ ላይ ባለ እምነት የምኖረው ነው።

ገላቲያን 2፥20

"ስለዚህ ማንም በክርስቶስ ቢሆን አዲስ ፍጥረት ነው። አሮጌው አፈል

2 ቆሮንቶስ 5:17

አለምሮን ለማደስ፦ የስጋችሁን ሀሳብና ልምምድ በመግዛት እና ከእግዚአብሔር ጋር ይበልጥ ለመራመድ በመወሰን 21 ቀናትን አሳልፋችኋል። በራሳችሁ ላይ የመጣውን ለውጡን በየቀኑ ለመኖር ጊዜው አሁን ነው።

ለውጥ የአንድ ጊዜ ክስተት ብቻ አይደለም - የአኗኗር ዘይቤ ነው። ኢየሱስ የቅጽበታዊ ለውጥን ብቻ አላስተማረም፤ በየቀኑ የሚኖር ህይወትን እንዴት መኖር እንዳለብን አሳይቶናል።

80

አሁን ከ21 ቀን በፊት ይህን ጉዞ ስትጀምሩት የነበራችሁትን ማንነት አይደላችሁም።

አሁን ያላችሁ ማንነት የበለጠ ጠንካራ ፣ ጥበበኛ ፣ አስትዋይ፣ የሰማይ አጀንዳን የተቀበላችሁ እና ከአባታችን ከአብ ጋር በጣም የተቆራኘ ግንኙነት ያላችሁ የመርህ ሰው ሁናችኋል።

አሁን በአዲሱ ማንነት በድፍረት መኖርና መራመድ ትችላላችሁ።

አሁን፦-

ታሪካችሁን አጋሩ ለሌሎች ስለሚጠቅም።

- ሌሎችን እርዱ።
- አገልግሉ።
- ህብረት አድርጉ።
- የተቀበላችሁትን በድፍረት አካፍሉ።

ጸሎት

የሰማይ አባት ሆይ

በእነዚህ 21 ቀናት በእኔ ውስጥ ስላደርከው ለውጥና ስራ አመሰግናለሁ።

ይህንን ለውጥ በድፍረት እና በእምነት እንድኖር እርዳኝ።

በቤተሰቤ፣ በማህበረሰቤ እና በአለም ውስጥ ብርሃን አድርገኝ።

ተስፋን፣ ፈውስን፣ እና ለውጥን ለማምጣት ተጠቀምብኝ።

በኢየሱስ ስም አሜን

ለማስላሰል የመጽሀፍ ቅዱስ ጥቅስ

- ሮሜ 12:2
- ገላትያ 2:20
- ኤፌሶን 4:22-24
- ወደ ፊልጵስዩስ ሰዎች 1:6

ጥያቄዎች በማስታወሻ ደብተራችን ላይ በምጻፍ እራሳችንን እንጠይቅ

- በራሴ ውስጥ ያየሁት ትልቁ ለውጥ ምንድን ነው?
- እነዚህን ልማዶች ለረጅም ጊዜ እንዴት እጠብቃለሁ?
- በታሪኬ ማንን ማበረታታት እችላለሁ?
- ቀጣዩ የእድገት ግቤ ምንድን ነው?

ከዚያም ጻፍ(ሪ):-

- ከአዲሱ ማንነታችሁ ጋር እና ግባችሁን የሚገልጽ የሚያስታውስ አጭር የቃል ኪዳን መግለጫ ጻፉ። ይሄንን ድካም ሲመጣ እራሳችሁን ለማስታወስ ይጠቅማል።
- ስለ ለውጣችሁ ደስ ከሚላቸው ከታመኑ ጓደኛ ወይም አማካሪ ጋር አካፍሉ።

- ጉዞዋችሁን ለማንፀባረቅ እና ለማስተካከል ሳምንታዊ ግምገማ ማቀድን አትርሱ፡፡

- በየቀኑ መጸለይ፣ ቃል ማንበብ በደንብ እረፍት ማድረግ፣ የህይወትን ዘር በራሳችሁ ላይ መናገር፣ እና ወደፊት በተስፋ፣ በተአግስት፣ በጥበብ ወደፊት መቀጠል እድልፈንታችን መሆኑን አትርሱ ፡፡

"እኔ አዲስ ፍጥረት ነኝ በነጻነት፣ በፍቅር እና በኃይል ነው የምኖረው፡፡"

የእናንተ ለውጥ ስጦታ እና ኃላፊነት ነው፡፡

ሙሉ በሙሉ መኖር በድፍረት መራመድ በጉዞ ላይ ሌሎችን ማንሳት ከተለወጠ ሰው የሚጠበቅ ፍሬ ነው፡፡

አስተዋሉ ለውጡን በየቀኑ ስለመኖር ልታውቁት የሚገባ እውነት አለ፣ ለመለወጥ የአንድ ጊዜ ክስተት እና ፍላጎት ብቻ አይደለም፡፡ ለመቀየር፣ በዚህ መጽሃፍ ውስጥ ያሉትን አንዳንድ ነገሮች በየቀኑ ለመለማመድ የእለት ተእለት መርሀና ስርዐትን እንደሚያስፈልግ ማወቅ ይኖርብናል፡፡

ማጠቃሊያ

በ21ኛው ቀን እንደተገለጸው ለውጥ የእንድ ጊዜ ስራ እና ክስተት አይደለም፡፡ ከአንባቢው በኩል ስነ ስርዐትን መርህን እና ጥረትን ይጠይቃል፡፡ ይሄንን አጭር መጽሃፍ ሳዘጋጅ እራሴን ለመለወጥ ቆርጬ ስነሳ ካነበብኳቸው የተለያዩ መጽሃፍቶች፣ ከመጽሐፍ ቅዱስ፣ ከምከታተላቸው ፓድካስቶች፣ እንዲሁም ከራሴ ልምምድ እና ከማደርጋቸው ተግባራት ወዘተ... ውጤት እንደሆን ላሳውቃችሁ እወዳልሁ፡፡ የሄንን አጭር መጽሐፍ ሳዘጋጅ ለራሴ እያተማርኩና በጣም እያተደሰትኩ በጸሎት እና የምስማው መንፈሳዊ በሙዚቃ መሳሪያ የተቀነባበሩ ነብስን የሚያድሱ ክላሲካል ሙዚቃዎች እረድተውኛል፡፡ በዚሁ መንፈስ አንባቢው እንዲቀጥል አበረታታለሁ....

መጨረሻ